கருப்பு அன்னம்

தாமஸ்மன்
தமிழில் : சா.தேவதாஸ்

The Black Swan | Thomas Mann | Tr from the German by Willard R. Transk | Secker & Warburg, London, 1954 - நூலின் தமிழ்வடிவம்

பரிசல் புத்தக நிலையம்

கருப்பு அன்னம்

ஆசிரியர் : தாமஸ் மன்

மொழிபெயர்ப்பாளர் : சா. தேவதாஸ்

முதல் பதிப்பு : ஜனவரி 2024

வெளியீடு : பரிசல் புத்தக நிலையம்

235, P-பிளாக், MMDA காலனி

அரும்பாக்கம், சென்னை - 600 106

பேச: 9382853646, 8825767500

மின்னஞ்சல்: parisalbooks2021@gmail.com

பக்க வடிவமைப்பு: யு.நிலா

அச்சாக்கம்: காம்யூ பிரிண்டர்ஸ், சென்னை

பக்கம்: 96

விலை: ரூ 120

KARUPPU ANNAM

Author : THOMAS MANN

Translation : S. DEVADASS

First Edition: January 2024

Published by: PARISAL PUTTHAGA NILAYAM

No.235, P-Block, MMDA Colony

Arumbakkam, Chennai - 600 106

Mobile: 93828 53646

E-mail: parisalbooks2021@gmail.com

Designed by: Y.NILA

Printed at: Compu Printers, Chennai

ISBN: 978-81-19919-95-6

Pages: 96

Price: 120

‘கருப்பு அன்னம்’ பற்றி ஓரிரு வார்த்தைகள்

இந்நாவலின் தலைமைப் பாத்திரம் ரோஸ்லி, தன் 50வது பிறந்தநாளைக் கொண்டாடியிருக்கிறாள். அன்னா என்னும் 30 வயதுப் பெண்ணும் எடுவர்ட் என்னும் பதின்வயது மகனும் அவளுக்கு இருக்கின்றனர். ஒரு காதல் விவகாரத்தில் தோற்றுவிட்ட அன்னா ஓவியத்தில் தன்னை ஈடுபடுத்திக் கொண்டிருுபபவள். குழந்தைப் பருவத்தில் மேற்கொண்ட ஓர் அறுவைச் சிகிச்சையில் கால் ஊனமானவள். மணமுடிக்காது இருந்துவிட்டவள். போரில் கணவனை இழந்த ரோஸலி அழகி. நல்ல இல்லத்தரசி.

எடுவர்டுக்கு ஆங்கிலப்பாடம் எடுத்துவரும் 24 வயது அமெரிக்க இளைஞன் கென் கீட்டனிடம் ரோஸலி காதல் வயப்படுகிறாள். மாதவிடாய் நின்றுவிட்டிருந்த அவளுக்கு, அது திரும்பி விட்டதான உணர்வு வருகிறது. அது இயற்கையின் ஆசீர்வாதமாக உள்ளது. இளமையின் பொலிவில் உள்ள கீட்டனை நேசிப்பது ஆனந்தமாக இருக்கிறது.

ஒரு கோட்டைக்கு அவர்கள் சுற்றுலா சென்றபோது, தனியாய் இருக்க நேர்ந்த சில தருணங்களில் தன் வேட்கையை, காமத்தைத் தெரிவிக்கின்றாள் கீட்டனிடம், விரைவில் தன்னை ஒப்படைக்கவும் ஆயத்தமாய் இருக்கிறாள். அப்போது இரண்டாவது மாதவிடாய் வந்ததாக படுக்கையில் கிடக்கிறாள் - கூடுதல் மகிழ்ச்சியுடன். ஆனால் அது முரண் நகையாகி, புற்றுநோய் வந்திருப்பது கண்டறியப்பட்டு, தன் வாக்குறுதி நிறைவேறும் முன்னரே இறந்து போகிறாள்.

சுற்றுலா சென்றவிடத்தில் அகழியில் நீந்தும் கருப்பு அன்னத்திற்கு வாங்கிச் சென்ற ரொட்டியிலிருந்து ஒரு துண்டினை பிய்த்துத் தின்று விட்டு, எஞ்சியதை அன்னத்திற்கு ரோஸலி போடும்போது, அவள் மீது அது சீறும். இந்தப் படிமம் அவளை அடிக்கடி அலைக்கழிக்கும்.

இன்னொரு சம்பவம். முன்னர் அன்னாவுடன் ஒரு காட்டுப்பகுதியில் உலாவச் சென்ற போது, ஒருவித நறுமணம் ரோஸலியை ஈர்க்கும். அம்மணம் எங்கிருந்து வருகின்றது என்று தேடிப் பார்த்தபோது, விலங்கு / மனிதக் கழிவின் குவியலிலிருந்து அது வருவதை அறிந்து அதிர்ச்சியடைவர்.

ரோஸலி தன் காதலை வெளியிட வாய்ப்பது பழைய கோட்டையின் இருண்ட ஒதுக்குப்புறமாயிருக்கும். இயற்கையின் அற்புதத்தில் நிகழ்ந்துள்ள தனது புத்தெழுச்சியை வெளிப்படுத்தி மகிழ நினைக்கையில், நரகம் போன்ற பின்புலம் வாய்ப்பது நேரெதிரான உணர்வோட்டங்கள் சந்திப்பதாயிருக்கும்.

இப்படி நுண்ணுணர்வுகளின் அரியதன்மையை நுண்ணடுக்குகளாக வைத்து, ஒரு கதையிழையை தாய் - மகள் இருவரும் சேர்ந்து ஊடுபாலாக நெய்வது, அற்புதமான கலை வெளிப்பாடாக இருக்கிறது. கால் ஊனத்தாலும் காதலின் நிராகரிப்பாலும் ஓவியக்கலையில் சரணடையும் அன்னா, தன் அறிவார்த்த அணுகுமுறையால் உயிர்த்துடிப்புமிக்க வாழ்வின் கதியிலிருந்து விலகி நிற்கிறாள். பல பெண்களை மயக்கி இருந்த தன் கணவன் போரில் இறந்தபிறகு 50 வயதிலும் மாதவிடாய் நின்ற பின்னும், காதல் உணர்வில் திளைக்க தனக்கு உரிமையுள்ளது என்றெண்ணி, வாழ்வின் கதியில் பங்கேற்க முற்படுகையில், புற்று நோய் கண்டு, ரோஸலி இறக்க நேர்கிறது.

இவை தற்செயலான பொருத்தப்பாடுகளா?
இல்லை, நேர் எதிரானவைகளா?
இரண்டும் முரண்பட்டு வளர்ந்துமுட்டி மோதி

வெடிக்கையில் கிடைப்பது கருப்பு அன்னம். இயற்கைக்கு உரியதை அபகரிப்பதால் எத்தகைய எதிர்வினை இருக்கும் என்பதைச் சுட்டிக்காட்டுகிறது

இதுதனது எண்பதாவது வயதில் தாமஸ்மன் எழுதியது. ஓர் ஆயுட்கால சாரத்தின் பிழிவாக அமைந்துள்ளது. உளவியல் பகுப்பாய்வை ஓர், இலக்கியவாதி மேற்கொண்டால் என்ன கிடைக்கும்? **கருப்பு அன்னம்** கிடைக்கும் - கதேயின் பரிமாணத்தில் ஒரு பெண்ணின் ஆளுமை அடுக்குகள் அகழ்ந்தெடுக்கப்படும் போது, அதிசயங்கள் தரிசனமாகின்றன, புதிர்கள் வெளியாகின்றன.

ஜெர்மன் மொழியிலிருந்து ஆங்கிலத்திற்கு மொழியாக்கம் செய்வது பொதுவாகவே சிரமமானது ஏனெனில் ஜெர்மன் சிக்கலான மொழி. ஆங்கிலம் வழியே இப்பிரதியை தமிழில் தருவது இன்னும் சிரமமானது என்பதைச் சொல்லத் தேவையில்லை. ஜெர்மன் மொழியிலிருந்து நேர்மொழியாக்கம் செய்வோர் இப்போது இல்லாததாலேயே இம்மொழிபெயர்ப்பு மேற்கொள்ளப் பட்டுள்ளது. இன்னும் சொல்லப் போனால், தாமஸ்மன் போன்ற அபூர்வ எழுத்தாளுமைகள் தமிழில் அறிமுகமாகும் பொருட்டு.

சா. தேவதாஸ்

ராஜபாளையம்
12.11.23

1

நமது நூற்றாண்டின் இருபதுகளில், ஒரு தசாப்தத்திற்கும் மேல் விதவையாக இருந்து வரும் ஃப்ரா ரோஸலி வொன் டும்லெர் என்பவள், தன் மகள் அன்னாவுடனும் மகன் எடுவர்டுடனும், ரைன் நதிக்கரை மீதுள்ள டுஸ்ஸல்டார்ஃபில், ஆடம்பரமில்லையெனினும் வசதியாக வாழ்ந்து கொண்டிருந்தாள். அவளது கணவன், துணைத் தளபதி வொன் டும்லெர், போரின் தொடக்கத்திலேயே உயிரிழந்து விட்டான்; அது போரின் போது இல்லை, அர்த்தமற்ற வாகன விபத்தில்; என்றாலும் கண்ணியமிக்க களத்தில் உயிரிழந்தான் என்று கூற முடியும்; அப்போது நாற்பது வயதைத் தொட்டிருந்த அவனது மனைவியால் அது நாட்டுப்பற்றுடன் தாங்கிக் கொள்ளப்பட்டது; அது அவளது பிள்ளைகளுக்கு ஒரு தந்தையின் இழப்பாக மட்டுமின்றி, அவளுக்கு உற்சாகமான ஒரு கணவனின் இழப்பாயுமிருந்தது - தாம்பத்திய விசுவாசத்தின் கறாரன நெறிமுறையிலிருந்து அடிக்கடி அவன் விலகிச் சென்றது, அபரிமிதமான உடல் வலுவின் அறிகுறியாகவே இருந்தது.

மூதாதையராலும் பேச்சு வழக்காலும் ரைன் நதி பகுதிக்காரியான ரோஸலி, இருபதாண்டுகால திருமண வாழ்வை வொன் டும்லெர் வேலை பார்த்திருந்த டூயிஸ்பர்கில் கழித்தாள்; கணவனின் மறைவுக்குப் பிறகு, தனது 18 வயது மகளுடனும், அவளை விட 12 வயது இளமையான மகனுடனும் டுஸ்ஸல்டார்ஃபுக்கு குடிபெயர்ந்துவிட்டாள் அழகான பூங்காக்கள் அங்கு இருந்தமையாலும் (ஃப்ரா வொன் டும்லெர் இயற்கையை நேசிப்பவள்) ஓவியத்தில் ஆர்வமிக்க தன் மகள் பயில நுண்கலைப் பள்ளி அங்குஇருந்தாலும், கடந்த பத்தாண்டுகளாக அச்சிறு குடும்பம் அமைதியான எலுமிச்சை மரங்களை இருபுறங்களிலும் கொண்ட பீட்டர் வொன்

கார்னீலியஸ் தெருவில் வாழ்ந்து வந்திருந்தது - தோட்டம் சூழ்ந்திருந்த நடுத்தரமான வீட்டில், ரோஸலியின் திருமண காலத்தைச் சேர்ந்த, காலாவதியான ஆனால் வசதியான மேசை நாற்காலிகள் இருந்தன; உறவினர் - நண்பர்களின் சிறிய வட்டத்திற்கு அவ்வில்லம் விருந்தோம்பலுடன் திறந்திருந்தது; அச்சிறிய வட்டத்தில், நுண்கலை மற்றும் மருத்துவப் பேராசிரியர்களும் தொழிற்துறையைச் சேர்ந்த ஒன்றிரண்டு தம்பதியரும் இருந்தனர் - கண்ணியமான அவர்களது மாலைச் சந்திப்புகளில், ரைன் பிரதேச சம்பிரதாயப்படி சிறிது மது அருந்துதல் காணப்பட்டது.

ஃபிரா வொன் டும்லெர் இயல்பில் கலகலப்பானவள். தனக்குச் சாத்தியப்படும் வரம்புகளுக்குள் வெளியே போய்வருவதை விரும்பினாள். அவளின் எளிமையும் உற்சாகமும், அதன் காரணமாய் வெளிப்பட்ட இயற்கை நேசமும் எல்லாராலும் விரும்பப்படுமாறு செய்தன. உருவில் சிறியவளாயும் நன்கு பராமரிக்கப்பட்ட உடல்வாகும் கொண்டிருந்தாள்; அவளது கூந்தல் இப்போது நரைத்திருந்த போதும் அபரிமிதமாய் சுருள் சுருளாய் இருந்தது; நளினமிக்கவையும் வயதேறியவையுமான அவளது கைகளின் பின்புறத்தில் பெரிய தவிட்டு நிறப்புள்ளிகள் நிறைந்து பொலிவிழந்திருந்தன - அவற்றை குணப்படுத்த மருந்துகள் இன்னும் கண்டறியப்பட்டிருக்கவில்லை; பெரிதும் இனிய அம்சங்களிலான பெண்மையுடன் வெல்லும் தன்மையிலான முகத்திலிருந்த, இரு நேர்த்தியான பழுப்பு விழிகளால், இளமையின் மனப்பதிவை உருவாக்கினாள். நண்பர்கள் மத்தியில் அவளது உற்சாகம் அதிகமாகும்போது அவளது மூக்கு சற்றுச் சிவந்து விடும்; ஒரு பவுடர் பூசி அதனைச் சரிசெய்திட முயன்றாள் - அது அவளை வசீகரமாக்கியது.

வசந்தத்தில் பிறந்திருந்த மேமாதக் குழந்தையான ரோஸலி, தன் 50 வது பிறந்தநாளை தன் பிள்ளைகளுடனும் சீமான்களும் சீமாட்டிகளுமான பத்துப்பன்னிரண்டு நண்பர்களுடனும் கொண்டாடியிருந்தாள். ஒரு விடுதித் தோட்டத்தில் மலர்கள் தூவிய மேசையில் சீன லாந்தர்

விளக்கொளியில் மதுக்குவளைகள் கலகலக்க குதூகலமாக; அவள் சற்று சிரமப்படவேண்டியிருந்தது சிறிது காலமாக, அதுவும் அம்மாலையில் அவளது மாதவிடாய் நின்று போன உடல் உபாதைகளால் - உளவியல் ரீதியிலான சஞ்சலங்களுடன் உடல் சார்ந்த பெண்மையின் இறுதியை எதிர்கொண்டாள். அது அவளிடத்தே பதற்றம், அமைதியின்மை, தலைவலி, சோர்வு, எரிச்சலை ஏற்படுத்தின; அதுவும் அன்று மாலையில் அவை சார்ந்து கனவான்கள் குறிப்பிட்டவையெல்லாம் முட்டாள் தனமாகத் தோன்றின. தர்மசங்கடத்துடன் தன் மகளைப் பார்த்துக் கொண்டாள்; சகிப்புத் தன்மையற்ற மகளோ இதனை அருவருத்தாள்.

தன் மகனை விட மிக மூத்தவளான மகளிடம் பாசமும் நம்பிக்கையும் கொண்டிருந்தாள் - தன் இடைநிலைக் கால அறிகுறிகளுடனும் அவளிடம் நட்பாயிருந்தாள். சீக்கிரமே முப்பது வயதைத் தொடவிருந்த அன்னா திருமணமாகாது இருந்தாள் - அது ரோஸலிக்கு உகந்ததாயும் இருந்தது, சுயநலம் காரணமாக - மகளை ஒரு கணவனுக்கு உரியவளாக்குவதைவிட, தனக்கு இல்லறத் தோழமையாயும் துணையாயும் இருக்க வைப்பதை விரும்பினாள். தாயை விட உயரமான ஃப்ராலின் வொன் டும்லெர் அதே செஸ்ட்நட் நிற கண்களைக் கொண்டிருந்தாள் - ஆனால் அதே கண்களை அல்ல, ஏனெனில் அவற்றில் வெகுளித்தனமான உயிரோட்டமின்றி, சிந்தனை வயப்பட்ட உணர்வுபாவமற்ற வெளிப்பாடு இருந்தது. குழந்தைப் பருவத்தில் நடந்த ஓர் அறுவைச் சிகிச்சையால் ஒரு பாதம் வளைந்திருந்தது, அது குணமாகாமலே இருந்துவிட்டது, அது நடனம், விளையாட்டிலிருந்து, இளமையின் அனைத்து நடவடிக்கைகள் - வாழ்விலிருந்து அவளை விலக்கிவிட்டது. அசாரணமான அறிவுத்திறனும் நெஞ்சுறுதியும் அவற்றை ஈடுசெய்வதாக இருந்தன. பள்ளி இறுதி வகுப்பு முடிந்ததும் முதலில் சிற்பம், அப்புறம் ஓவியத்தில் நாட்டம் கொண்டாள் - அதிலும் மாணவப் பருவத்திலேயே மிக அறிவார்த்த ரீதியில் அணுகுமுறை பெற்றிருந்தாள் - இயற்கையை நகலெடுப்பதை வெறுத்தாள். சூக்கும ரீதியில் குறியீட்டுத் தன்மையிலான

கனசதுர கணிதம் சார்ந்ததில் ஈர்ப்பு மிகுந்திருந்தாள். பெரிதும் நவீனமிக்கது புராதனமானதுடனும் அலங்கார வகைப்பட்டது ஆழமான அறிவுஜீவித்தனதுடனும் வண்ணச் சேர்க்கைகள் எளிய பாணியுடனும் காணப்பட்ட மகளின் ஓவியங்களை அம்மா திகைப்பு சார்ந்த மரியாதையுடன் நோக்கினாள்.

“சந்தேகத்திற்கு இடமின்றி முக்கியமானவை, செல்லமே. பேராசிரியர் ஸூம்ஸ்டெக் உயர்வாக எண்ணுவார். ஓவியத்தில் உனக்கான இடத்தை அவர் உறுதிப்படுத்தியிருக்கிறார். உன் ஓவியங்களைப் புரிந்து கொண்டிருக்கிறார். இதற்கான விழியும் புரிதலும் அவசியம். இதற்கு என்ன பெயர்?”

“மாலைக் காற்றில் மரங்கள்.”

“அது நீ உணர்த்த விரும்புவதற்கான குறிப்பைத் தருகிறது. சாம்பல் மஞ்சள் பின்புலத்திற்கு எதிரான கூம்புகளும் வட்டங்களும் மரங்களைக் குறிக்கின்றனவா? அவ்விநோதமான திருகுசுழல் கோடு காற்றினைக் குறிக்கின்றதா? சுவாரஸ்யமா யிருக்கிறது, அன்னா. ஆனால் போற்றத்தக்க இயற்கையை நீ என்ன செய்கிறாய்? ஒருமுறைமட்டும் உணர்வோட்டங்களை வெளியிடுமாறு உன் கலையினை விட்டுப்பார் - அழகான மலர்களின் சலனமற்ற ஓவியம், பூத்துக்குலுங்கும் லிலக் என இருதயத்திற்கானதை வரைந்து பார் அதன் பரவசமூட்டும் மணத்தை நுர்வதுமாதிரி இருக்கும் - மற்றும் ஜாடி அருகே ஒரு ஜோடி பீங்கான் தட்டுகள் இருக்க, கனவான் ஒரு சீமாட்டிக்கு முத்தங்களை அனுப்புவதாக வரைந்துபார்...”

“நிறுத்தும்மா! உனது கற்பனை படாடோபமானது. இனியும் அதுபோல் யாராலும் தீட்ட முடியாது!”

“அன்னா, உனக்குத் திறமை இருக்கையில் அதுபோல, இருதயத்திற்கு உற்சாகமூட்டுவதை வரைய இயலாது என்று சொல்லிவிடாதே!”

“என்னைத் தவறாகப் புரிந்துகொள்கிறீர்கள்! என்னால் முடியுமா என்பது பிரச்சனையில்லை. யாராலும் முடியாது. காலமும் கலையும் அதை அனுமதிக்காது.”

“அது காலத்தையும் கலையையும் பொறுத்து வருந்தத்தக்கதே! என்னை மன்னித்துவிடு, செல்லம். வாழ்வும் முன்னேற்றமும் அதனைச் சாத்தியமற்றதாக்கினால், வருந்த இடமில்லை. மாறாக, பின்னோக்கியிருந்தால், வருந்தத் தக்கதாயிருக்கும். அதனை சரிவரப் புரிந்து கொள்கிறேன். உன்னுடைய இதுபோன்ற, வெளிப்பாட்டுத் தன்மை மிக்க கோட்டினை உருவாக்க, மேதைமை வேண்டும் என்றும் புரிந்து கொள்கிறேன். அது எனக்கு எதனையும் வெளிப்படுத்தவில்லை. ஆனால் அது மிகவும் வெளிப்பாட்டுத் தன்மையுடையது என்பதில் சந்தேகமில்லை.”

அன்னா தன் வண்ணத்தட்டையும் ஈரத் தூரிகையையும் சற்று விலக்கி வைத்துக்கொண்டு, அம்மாவை முத்தமிட்டாள். ரோஸலியும் அகமகிழ்ந்தவளாக அன்னாவை முத்தமிட்டாள் - மகளின் ஓவியம் சூக்குமமாயிருந்தும், துடிப்பான கைவினைத் தொழில் படைப்பு என்றே அவளுக்குத் தோன்றிற்று தான் கைவிடுமாறு கட்டாயப்படுத்தப்பட்டிருந்தது மகனிடத்தே இடம்பெற்று இருப்பது, தனக்கு ஆறுதலளித்து இழப்பைச் சரிக்கட்டியதாக உணர்ந்தாள்.

ஃப்ராலின் வொன் டும்லெர், தன்னைப் போல உள்ள நொண்டுகின்ற சிறுமி, எதிர்பாலினிடத்தே எந்தவித புலனுணர்வுத் தூண்டுதலையும் அகற்றிவிடுவாள் என சீக்கிரமே அறிந்து கொண்டிருந்தாள்; அப்படி ஊனம் இருப்பதை அறிந்தும், இளைஞன் ஒருவன் அவனிடத்தே நாட்டம் கொண்டிருப்பின், கர்வத்துடன் எதிர்கொள்ளத் தயாராயிருந்தாள்; உணர்வு பாவமற்ற நம்பிக்கையின்மை மூலம் அதனை முளையிலேயே கிள்ளியெறிந்ததாள். ஒருமுறை அவர்கள் வீடு மாறியபின், அவள் ஒருவனை நேசித்திருந்தாள் - அது குறித்து மிகவும் வருந்தினாள்; அவளது இலக்கு வேதியியல் உதவியாளனாகிய ஓர் இளைஞனின் உடல் வசீகரம்; அறிவியலை கூடிய மட்டும் பணமாக்குவது புத்திசாலித்தனம் என்றெண்ணி அவன் தன முனைவர் பட்டம் பெற்றதும், குஸ்ஸல்டார்ஃப் ரசாயன ஆலையில் முக்கியமான வேலையில் எப்படியோ அமர்ந்துவிட்டான். அவனது ஆண்மை சார்ந்து பொலிவு,

திறந்த மனப்பான்மையுடன் சேர்ந்து, ஆண்களையும் ஈர்த்தது; அவன் காட்டிய திறனும் அணுகுமுறையும் யுவதியரின் மணமானவரின் உற்சாகத்தைத் தூண்டிவிட்டது; அனைவரும் உழன்ற இடத்தில் உழல நேர்ந்தது அன்னாவின் விதியாயிருந்தது; தன் சுயமரியாதையைக் காத்திட அவள் வீணே போராடினாள்.

நடைமுறையாற்றலும் பேராசையும் மிகுந்திருந்த டாக்டர் ப்ருன்னர் சிறிது காலம் வெளிப்படையாகவே ஃபிராலினை நாடினான், அவளுடன் பேசினான்; தன்னைப் பாராட்டிய ஒரு சிலரை, அவளிடம் பழித்துரைத்தான். வேதனை தரும் சந்தோஷத்தை ஏற்படுத்தினான்; அவனின் அறிவார்த்தத் தோழமைக்காக அவளை மதிப்பதாயும் நாடுவதாயும் காட்டிக் கொண்டான். அன்னா இதனை அறிந்திருக்கவே செய்தாள். அவனோ தான் அவளைத் தெரிவு செய்துவிட்டதாக முன்மொழிந்து விட்டதாக வேண்டிக் கொண்டு விட்டதாக எண்ணினான்; இதனைஅவன் சொல்லியிருந்தால், அவளுக்கு ஒத்துக் கொள்வது தவிர்த்து வேறு வழி இருந்திருக்காது. ஆனால் தீர்மானகரமான சொல் உச்சரிக்கப் படாதிருந்தது. உயர்ந்தவற்றின் மீதான அவனது நாட்டம், அவளது உடல் ஊனத்தையோ அளவான வரதட்சணையையோ புறக்கணித்திடப் போதுமானதாக இல்லை. அவன் சீக்கிரமே அவனிடமிருந்து விலகி, செல்வந்த உற்பத்தியாளர் ஒருவரது மகளை மணந்து கொண்டான். அது டுஸ்ஸல் டார்ஃபின் பெண்கள் சமூகத்திற்கு துயரமாயும் அன்னாவுக்கு விடுதலையாயும் இருந்தது.

தன் மகளது வேதனை தரும் அனுபவத்தை ரோஸலி அறிவாள்; பிற்பாடும் மகள் தன் வெட்கரமான செயல் என வருந்தியபோது அறிந்திருப்பாள். ஃப்ராவொன் டும்லெர் மற்ற விஷயங்களில் புத்திசாலி இல்லையெனினும், உளவியல் ரீதியிலும் உடலியல் ரீதியிலும் இயற்கை பெண்ணிடத்தே இழைத்துள்ள, பெண்ணின் இருப்பை ஆக்கியுள்ள அம்சங்கள் சார்ந்து கூருணர்வு கொண்டிருந்தாள்; எனவேதான் அவள் வட்டாரத்தில் இது தொடர்பாக எந்த சம்பவமோ சந்தர்ப்பமோ அவளைக் காட்டிக் கொடுக்கவில்லை. கண்டுகொள்ளப்படாத புன்னகை, ஒரு வெட்கம் (அ) கண்களின் பிரகாசத்திலிருநது

எந்த இளைஞனால் எந்த யுவதி வசீகரிக்கப்பட்டாள் என்றறிந்து, அதனைத் தன் மகளிடம் ஒப்படைத்து விடுவாள். மகளுக்கோ இவ்விஷயங்களில் ஆர்வமில்லை. உள்ளுணர்வுப்படி அவள் இப்போது, ஒருத்தி தன் திருமணத்தில் திருப்தி கொள்வாளா மாட்டாளா என்பதை நன்கறிந்திருந்தாள். ஒருவள் கருவுற்றிருப்பதை ஆரம்ப கட்டத்திலேயே அறிந்து விடுவாள், அதனைப் பேச்சு வழக்கில் **ஒன்றுவரவிருக்கிறது** என்பாள். உயர் நிலைப்பள்ளியில் பயின்று வரும் தன் தம்பி, வீட்டுப் பாடம் செய்வதற்கு அன்னா வெறுப்பின்றித் துணை புரிந்தது அவளை மகிழ்வித்தது. ஆணுக்கு உதவும் இந்நடவடிக்கை அன்னாவுக்கு உளவியல் ரீதியில் திருப்தியளித்தது.

உயரமான சிவப்பு முடியுடன், தந்தையைப் போன்றுள்ள தன் மகனிடத்தே ரோஸலி அக்கறை எடுத்துக்கொண்டாள் என்று கூறமுடியாது; அவனுக்கு மானுட அக்கறைகளில் ஆர்வமில்லை; மாறாக பாலங்கள் - நெடுஞ்சாலைகள் கட்ட துடிப்பு மிகுந்து பொறியாளராக விரும்பினான். மேலோட்டமான உணர்வுபாவமற்ற நட்பார்ந்த தன்மையையே அவனிடம் அவளால் காட்ட முடிந்தது. ஆனால் அவளது ஒரே தோழியான மகளுடன் ஒட்டிக் கொண்டாள். அன்னா வின் ஒதுங்கிய இயல்பைப் பொறுத்து அவர்களுக்கிடையிலான உறவு ஒருதலைப்பட்சமானது என விவரிக்கப்பட முடியும் - அழுத்திவைக்கப்பட்டிருந்த குழந்தையின் உணர்வோட்ட வாழ்வு குறித்த அனைத்தையும் அவள் அறிந்திருந்தாள் என்று கூறிவிடவும் முடியாது; ஏனெனில் அன்னாவின் ஆன்மா கசப்பான ஒதுங்கிய தன்மையை மறைத்து வைத்திருந்தது; அந்த விழிப்புணர்விலிருந்தே சம அளவில் தொடர்புறுத்தும் உரிமையும் கடமையும் நிலவும்.

அதனால் தன் மகளின் நல்ல நகைச்சுவையினை, வேதனைமிக்க முரண் நகையை வலிதரும் புன்னகையை ஏற்றுக்கொண்டாள்; தான் அன்புடன் நடத்தப்பட்ட போது மகிழ்ந்தாள், தன் எளிய சுபாவம் கண்டு சிரித்தாள். அது சந்தோஷமானது சரியானது என திருப்தியடைந்தாள் தன்னை நகைப்புக்குள்ளாக்குவது அன்னாவின் திருகலான

வெளிப்பாட்டையும் நகைப்பதாயிருந்தது. இயற்கை மீதான தன் நாட்டத்தை அவள் முழு மூச்சாக வெளிப்படுத்துகையில் இது அடிக்கடி நிகழ்ந்தது; அதனைச் சார்ந்து அவ்வறிவார்த்தப் பெண்ணை வென்றிட எப்போதும் முயன்று வந்தாள். தான் பிறந்த வசந்த காலத்தை எவ்வளவு நேசித்தாள் என்பதை வார்த்தைகளால் விவரிக்க இயலாது; அது தனக்கு ஆரோக்கியத்தின் மர்மமிகு நீரோட்டங்களை ஆனந்தத்தை எப்போதும் தந்து வந்தது என வலியுறுத்தினாள். புதிய இதமான காற்றில் பறவைகள் கிறீச்சிடும் போது அவள் முகம் பிரகாசமானது. தோட்டத்தில் பூத்துக்குலுங்கும் டேஃபடில்களும் டுலிப்களும் ஹியாஸிந்த்களும் அவளை ஆனந்தக் கண்ணீர் விடும்படி செய்தன. கிராமப்புற சாலையோரங்களிலுள்ள வயலட்கள், மே மாதத்தின் சிவப்பு - வெள்ளை விருட்சங்கள், விலக்குகள், செஸ்ட் நட்கள் எல்லாம் சேர்ந்து அவளுடன் அவள் மகளை பாராட்டுமாறும் பகிர்ந்து கொள்ளுமாறும் செய்தன. மகளுக்கு ஸ்டுடியோவாக மாற்றப்பட்டிருந்த அறையிலிருந்து, அவளது சூக்கும பாணி ஓவியத்திலிருந்து அவளை ரோஸலி இட்டு வந்தாள்; அன்னாவும் விருப்புடன் வெளிவந்து மணிக்கணக்கில் தாயுடன் சேர்ந்திருந்தாள்; தோழமையில் இருக்கையில் முடிந்த மட்டுக்கும் தன் கால் நொண்டுவதை பொருட்படுத்தாது நன்றாக நடப்பாள்; அவள் சுதந்திரமாய் உலவியபோது அவளது சகிப்புத் தன்மை அலாதியாயிருந்தது.

பூக்கும் பருவத்தில் சாலைகள் கவிதாபூர்வமாகிட, அவர்கள் நடந்து சென்றிடும் நிலவியல் வசீகரமிகுந்திட அது எத்தகைய மயக்கும் வேளை! அவர்கள் உலவிடும் கால்வாய் ஓர பாப்லார் மரங்களிலிருந்து பனிபோலப் படியும் மகரந்தம், தென்றலில் பூமியை நிறைத்தது; பயிரியவை ஓரளவு அறிந்திருந்த ரோஸலி, பாப்லார் மரங்களில் சில, ஆண் பூக்களையும் சில பெண் பூக்களையுமே கொண்டிருக்கும் என்பாள் மகளிடம். அயல் மகரந்தச்சேர்க்கை குறித்து ஆனந்தத்துடன் தெரிவிப்பாள்.

ரோஜாக்களின் பருவம் என்றாலே அவளுக்குப் பரவசமாகிவிடும். தன் தோட்டத்தில் மலர்களின் அரசியான

ரோஜாவை பூச்சிகளிடமிருந்து பத்திரமாகப் பாதுகாத்தாள்; மொட்டாய் இருப்பவை, பாதி மலர்ந்தவை, முழுதாய் மலர்ந்தவை என ரோஜாக் கொத்துகளை எங்கும் பார்க்க முடியும்; அவள் பராமரித்து வந்தவையும் சக தோழிகள் பரிசாக அளித்தவையும் என. இதத்தகு ரோஜாக் கொத்தில் அவள் கண்களை மூடி முகத்தை நீண்ட நேரம் புதைத்திருந்து எடுக்கையில், அ து கடவுளரின் வாசனை எனச் சத்தியம் செய்வாள்; சைக்[1] குனிந்திருக்கையில், தூக்கக் கலக்கத்திலிருக்கும் க்யூபிட்[2] கையில் விளக்கேந்தி, தன் சுவாசம், சுருள்முடி, கன்னங்களால், இவ்வாசனையால் அவளது இனிய சிறு மூக்கினை நிறைத்துவிடுவான்; அது விண்ணகத்தின் வாசனை என்பதில் அவளுக்குச் சந்தேகமே இல்லை; மேலேயுள்ள ஆசீர்வதிக்கப்பட்ட ஆன்மாக்களைப் போல, ரோஜாக்களின் வாசனையை நாம் நித்தியத்திற்கும் சுவாசிக்க முடியும். அப்புறம் சீக்கிரமே அது பழகிப்போய்விட, அதனை நுகராது போவோம் என்று கூறிவிடுவாள்அன்னா. ஆனால் ரோஸலி, மகள் வயதுக்கு மீறிய விஷயஞானத்தை வெளிப்படுத்துவதை கண்டிப்பாள் - அதை அப்படியே விட்டால், அது அற்புதங்களைப் பழிக்கும் அளவுக்குச் சென்றுவிடும் என்று, ஆனந்தம் என்பது நினைவிழந்து இருக்கும் ஆனந்தம் தவிர்த்து வேறென்ன. இதுபோன்ற சந்தர்ப்பங்களில் சமரசமாகி செல்லத்துடன முத்தமிடுவாள் அன்னா; அப்போது இருவரும் சேர்ந்து சிரிப்பார்கள்.

ரோஸலி செயற்கையான வாசனைகளைப் பயன்படுத்தியதே இல்லை - ஈ.வ் தெ கொலோன் தவிர்த்து. அதனால் நமது வாசனையுணர்வை திருப்திப்படுத்திட, இனிமை, நறுமணக் கசப்பு, தலைக்கேறும் மயக்கம், அழுத்தும் வாசனைகள் என இயற்கை வழங்குவதற்றையெல்லாம் அளவின்றி நேசித்தாள். ஆழ்ந்து உள்வாங்கினாள். அவர்களது ஒரு நடைப் பயிற்சியின் போது, ஒரு சரிவில் உள்ளீடற்ற பாறை முகட்டின் அடியில் மல்லிகைப்புதர் இருந்தது - ஜூன் மாதத்துப் புழுக்கமான நாளொன்றில், இடிமழை மிரட்ட, வெப்பமேறிய வாசனை மேகங்கள் அங்கிருந்து மூச்சு

முட்டும்படி எழுந்தன. அது அன்னாவுக்கு தலைவலியைத் தந்தாலும் தாயுடன் அங்கே அடிக்கடி செல்ல வேண்டியிருந்தது. கனத்த அந்த ஆவியை ரசித்த ரோஸலி, அங்கு நின்றாள், நடந்தாள், மீண்டும் நின்றாள், பெருமூச்செறிந்தாள். "மகளே, மகளே, எவ்வளவு அதிசயமாயிருக்கிறது! இது இயற்கையின் சுவாசம்! வெய்யிலின் கதகதப்பும் ஈரப்பதமும் சேர்ந்த அதன் இனிய, உயிரோட்டமான சுவாசம், அதன் நெஞ்சிலிருந்து நம்மை வந்தடைகிறது. இதனை வணங்கி அனுபவிப்போம், நாமும் அதன் குழந்தைகள் என்பதால்."

உற்சாகமிக்க தோளைப் பற்றி, நொண்டுகின்ற தன் காலடிகளுடன், அவளை இழுத்தபடி அன்னா கூறினாள்: "குறைந்த பட்சம் நீங்கள். என்னை விரும்பவில்லை. தன் வாசனைகளின் கலவையால் என் கன்னங்களுக்கு அழுத்தத்தைத் தருகின்றது."

"ஏனெனில் நீ அதற்கு எதிராய் இருககிறாய், உன் திறமையைக் கொண்டு அதற்கு அஞ்சலி செலுத்துவதில்லை, மாறாக அதன் மூலம் அதற்கு மேலே உன்னை நிறுத்திக் கொண்டு, அறிவுக்கான கருத்திழையாக மட்டும் அதனை மாற்றுகிறாய் - அதில் பெருமைப் படுகிறாய், உன் காட்சியுணர்வை உறையச் செய்து விடுகிறாய். அன்னா அதனை நான் மதிக்கின்றேன்; ஆனால் இயற்கை அன்னையின் இடத்திலே நானிருந்தால், உங்களைப் போன்ற இளம் ஓவியர்களால் மனம் புண்பட்டுவிடுவேன்" தான் ஒருமுறையேனும் சூக்கும ஓவியராகி, வாசனைகளை வண்ணத்தில் தீட்ட முற்பட வேண்டும் என்று முன்மொழிந்தாள்.

இந்த யோசனை ஜூன் மாத இறுதியில் அவளிடம் எழுந்தது; அப்போது எலுமிச்சை மரங்கள் பூத்திருந்தன அதுதான் ஆண்டின் இனிய பருவம்; ஒன்றிரண்டு வாரங்களுக்குச் சாலையோர மரங்கள் தூய இதமான சுகந்தத்தை சாளரங்களினூடே கசியவிடும்; வசீகரிக்கும் அவ்வாசனை தரும் பரவசம், ரோஸலியின் உதடுகளிலிருந்து மங்குவதேயில்லை. அப்போது அவள் குறிப்பிட்டாள்; "ஓவியர்களாகிய நீங்கள்

அதைத் தான் தீட்ட வேண்டும், உங்கள் கலைத்திறனை அதில் ஈடுபடுத்த வேண்டும்! உன் கலையிலிருந்து இயற்கையை முழுதாக அகற்றிவிடவில்லை; உண்மையில் உனது ஆக்கும ஓவியங்களை அதனிடமிருந்துதான் தொடங்குகிறாய், அதனை அறிவார்த்தமாக்கிட, புலன் வேட்கை சார்ந்த ஒன்று தேவையாகிறது. இப்போது வாசனை, ஒரே சமயத்தில் புலன் சார்ந்தும் சூக்குமம் சார்ந்தும உள்ளது, அதனை நாம் காண்பதில்லை, அது நம்மிடம் அசரீரியாகப் பேசுகிறது. அது காட்சியுணர்வுக்கு புலப்படாத ஒரு தன்மையை தொடர்புறுத்தி, உன்னை வசீகரிக்க வேண்டும், அதில்தான் ஓவியக்கலை இருக்கின்றது. முயன்றுபார்! ஓவியர்களாகிய உங்களிடம் வண்ணத்தட்டுகள் இருப்பது, வேறெதற்கு? அவற்றில் ஆனந்தத்தைக் குழைத்து, திரைச் சீலைமேல் வண்ணப் பரவசமாகத் தீட்டி, எலுமிச்சை வாசனை எனத் தலைப்பிடுங்கள், அப்போதுதான் அதைப் பார்ப்போர் உங்கள் உத்தேசத்தை புரிந்து கொள்ள முற்படுவர்."

"அன்பான அம்மா, ஆச்சரியப்படுத்துகிறீர்கள்! எந்த ஓவியரும் கனவு கண்டிராத வகையில், பிரச்சனைகளைப் பற்றிச் சிந்திக்கின்றீர்கள்! ஆனால் உங்கள் புலன்களின் அழகியல் கலவை மற்றும் வாசனைகளை மர்மமிக்க வண்ணங்களாக உருமாற்றமடையச் செய்து, மாற்றிட முடியாத புனைவியல் வாதியாக இருப்பதை நீங்கள் உணர்ந்து கொள்ள இயலவில்லையா?"

"உணர்ந்து கொண்டுள்ளேன் - உனது புலமைமிக்க பரிகாசத்திற்கு உரியவள்தான் நான்."

"இல்லை - இதில் பரிகாசம் ஏதும் இல்லை" என்று தீவிரத்தன்மையில் அன்னா குறிப்பிட்டாள்.

இருப்பினும் ஆகஸ்டு மத்தியில் ஒரு வெப்பமிக்க நாளின் பிற்பகலில் அவர்கள் நடந்துசென்றபோது, விசித்திர மான ஒன்று, பரிகாசத்தின் குறிப்புடைய ஒன்று நிகழ்ந்தது. வயல்களின் காட்டின் ஓரமாய் அவர்கள் உலவியபோது, சட்டென கஸ்தூரி வாசனையை நுகர்ந்தனர் - முதலில்

கண்டுகொள்ள முடியாதபடி மங்கலாயும் பின்னர் வலுவாயும் இருந்தது அவ்வாசனை. அதனை முதலில் கவனித்த ரோஸலி, "அது எங்கிருந்து வருகிறது" எனத்தன் வியப்பினை வெளியிட்டாள்; அவளது மகள் சீக்கிரமே அதற்கு இசைவு தரவேண்டியிருந்தது; ஆம் ஒருவித வாசனை இருந்தது, ஆம், அது கஸ்தூரி போல வரையறுக்கத் தக்கதாகத் தோன்றவே செய்தது - அதில் சந்தேகமேயில்லை. அதன் தோற்றுவாயை அவர்கள் அடைந்திட இரு காலடிகளே போதுமானதாயிருந்தது - அது அருவருக்கச் செய்தது. சலையோரம் வெயிலில் இருந்த ஒரு கழிவுக் குவியலை ஈக்கள் மொய்த்திருந்தன, அதனை இன்னும் விசாரித்தறிந்திட அவர்கள் முற்படவில்லை. அச்சிறு பகுதி விலங்கல்லது மனிதக் கழிவு, அழுகிய தாவரத்துடனும் ஒருவித காட்டுயிரின் அழுகிய உடலும் சேர்ந்திருக்க வேண்டும். சுருக்கமாச் சொல்வதாயின், இம்மேட்டினை விடவும் குமட்டக் கூடியது எதுவும் இருக்க இயலாது; ஆனால் நூற்றுக்கணக்கில் ஈக்களை ஈர்க்கும் அத்தீய கழிவு, அதன் ஊடாட்டத்தில் நாற்றமாக இல்லாது, சந்தேகத்திற்கு இடமின்றி கஸ்தூரி வாசனை என உச்சரிக்க வேண்டியிருந்தது.

"போகலாம்" என இருவரும் ஒரே சமயத்தில் கூறினர்; நடக்கத் தொடங்குகையில் அன்னா வேகமாக தன் பாதத்தை இழுத்து, தாயின் தோளில் ஒட்டிக் கொண்டாள். அவ்விசித்திர மனப்பதிவை ஒவ்வொருவரும் உள்வாங்கிக் கொள்வது போன்று, இருவரும் சிறிது நேரம் நிசப்தமாயிருந்தனர். அப்போது ரோஸலி குறிப்பிட்டாள்:

"நான் கஸ்தூரியை விரும்பியதே இல்லை, யாரும் அதனை வாசனையாகப் பயன்படுத்த முடியும் என்பது எனக்குப் புரியவில்லை. புனுகுப் பூனை அதே ரகம் என்றே கருதுகிறேன். பூக்கள் அப்படி மணம் வீசியதில்லை; ஆனால் எலிகள், பூனைகள், புனகுப்பூனைகள், கஸ்தூரி மான்கள் போன்ற பல விலங்குகள் குறிப்பிட்ட நாளங்களிலிருந்து அதனைச் சுரக்கின்றன என இயற்கை வரலாற்று வகுப்பில் நமக்கு கற்பிக்கப்பட்டது. உனக்கு ஞாபகம் இருக்கும் - ஷில்லரின் Kabale and Liebe நாடகத்தில், தேரை போன்றவன்,

அடி முட்டாள் ஒருவன் வருவான் - அரங்கின் பின்பகுதியில் கஸ்தூரி வாசனையை பரப்பியவாறு, கிறீச்சென்று வருவான் என்றும் பத்தி எப்போதும் என்னைச் சிரிக்க வைத்து விடும்!"

இருவரும் உற்சாகமானார்கள். அவளது இருதயத்திலிருந்து குமிழியிடும், பழைய கதகதப்பான சிரிப்பை வெளிப்படுத்தும் திறன் மிக்கவளாகவே இருந்தாள். அவளது பெண்மை துடிப்புடன் வாடி வழங்கிடும், சிக்கலான உயிரியல் ஒத்திசைவு கொள்ள அவளை உடல்ரீதியிலும் உளரீதியிலும் அது அவளைச் சிரமத்திற்குள்ளாக்கிய இக்காலகட்டத்திலும், அந்நாட்களில், அவளது வீட்டருகே, அரண்மைனைத் தோட்ட மூலையான்றில், இயற்கை அவளுக்கு ஒரு சினேகிதரை தந்திருந்தது. அது ஒரு முதிய ஓக் மரம்; வேர்கள் அரைபாதி தெரிய, முண்டும் முடிச்சுமாய் இருந்தது நடுத்தர உயரத்தில் அடர்ந்த கிளைகளுடன் நின்றது. அடிமரம் நிரப்பப்பட்டிருந்தது. நூற்றாண்டை எட்டியிருந்த அம்மரத்தை நிர்வாகம் பராமரித்து வந்தது; ஆனால் பல கிளைகள் கருகியிருந்தன, இலைகள் துளிர்க்கவில்லை, திருகல்மருகலாக, வானை எட்டியிருந்தன; ஆனால் உச்சியில் சிதறிக்கிடந்த சிலவே, கவிகை பரப்பி, எப்போதும் புனிதமாகக் கருதப்பட்டது அதனின்றும் வெற்றியாளனின் மணிமகுடம் பின்னிப் பிணைந்திருந்தது. அதனைக் காண்பதில் ரோஸலி மிகவும் அகமகிழ்வே அடைந்தாள் - அவளின் பிறந்தநாள் சமயத்தில், அக்கிளைகளிலும் சுள்ளிகளிலும் துளிர்த்து முளைத்து மலரும் இலைக் கூட்டத்தை கண்டுகளிப்பாள்; அக்கிளைகள் - சுள்ளிகளுக்கு வாழ்க்கை இன்னும் தன் வழிவகையை நிர்ப்பந்திக்க, நாளுக்கு நாள் அவளுடைய அனுதாபமிக்க அக்கறை தொடர்ந்து வந்தது. அம்மரம் நின்ற புல்வெளியில் விளிம்பில், மரத்திற்கு அருகில், ஒரு பெஞ்ச் இருந்தது; அன்னாவுடன் அதிலமர்ந்த ரோஸலி கூறினாள்.

"நல்ல முதிர்ச்சியுடையது! நெகிழ்ச்சியடையாமல் இதனை நீ பார்க்க முடியுமா அன்னா - அது நிற்கும் விதத்தைப் பார்த்து? உன் கை போன்று அடர்ந்துள்ள வேர்களைப் பார், எவ்வளவு பரந்து பூமியைத் தழுவியுள்ளது, உரமூட்டும் மண்ணில் எப்படி ஊன்றியுள்ளது. பல புயல்களுக்கு தாக்குப்பிடித்துள்ள

இது, இன்னும் பலவற்றுக்கு தப்பிப் பிழைக்கும், அது விழுந்திடும் அபாயமே இல்லை. உள்ளீடின்றி, சிமெண்ட் நிரப்பப்பட்டு, முழுதான கவிகையை உண்டாக்க முடியாது - ஆனால் அதன் தருணம் வருகையில், உயிர்ச்சாரம் இன்னும் எழுகின்றது - அது எல்லாவிடத்திலும் இல்லையென்றாலும், சிறிது பசுமையை வெளிக்காட்ட முடிகிறது, அதன் தீரத்திற்காக மக்கள் அதனை மதிக்கின்றனர், போற்றுகின்றனர். இலை - மொட்டுகள் காற்றில் அசைந்தாட, மெல்லிய சிறு துளிர் அங்கிருப்பதைப் பார்க்கின்றாயா? அதனைச் சுற்றிலும் விரும்பியது போல் துளிர்க்க முடியவில்லை, ஆனால் அச்சிறு சுள்ளி உயிரைத் தக்க வைக்கின்றது."

"ஆமாம், அம்மா, நீங்கள் சொல்வது போல, அது மதிப்பதற்கான காரணத்தைத் தருகிறது. ஆனால் நீங்கள் பொருட்படுத்தவில்லையெனில், இப்போது நான் வீட்டுக்குப் போவேன். எனக்கு வலிக்கிறது."

"எப்படி மறந்து போனேன் பார்! உன்னை என்னுடன் இட்டு வந்ததற்காக என்னை நிந்தித்துக் கொள்கிறேன். முதிர்ந்த விருட்சத்தை உற்று நோக்குகின்ற நான், குனிந்து நீ அமர்ந்திருப்பதற்கு கவலைப்படவில்லை, மன்னித்து விடு. என் கையைப் பற்றிக் கொள், போவோம்."

ஆரம்பத்திலிருந்தே அன்னாவுக்கு, மாதவிடாய் வருமுன்பு அடிவயிற்று வலியால் துடிப்பாள்; அது ஏற்கப்பட வேண்டிய இயற்கை உபாதையே என்பார்கள் மருத்துவர்கள் எனவே வீடு திரும்புகையில் தாயினால் ஆதரவாக ஆறுதலாகப் பேச முடியும் - உற்சாகத்துடனும் பொறாமையுடனும்.

"உனக்கு ஞாபகமிருக்கிறதா? முதன் முதலாக வந்தபோது இப்படித்தான் இருந்தது; அப்போது சிறுமியாய் இருந்தாய், மிகவும் மிரண்டு போனாய், ஆனால் இது இயற்கையானது, அவசியமானது, சந்தோஷப்பட வேண்டியது என்று நான் விளக்கினேன்; ஒருவழியாக நீ பெண்ணாக கனிந்து விட்டதை இது எடுத்துக் காட்டியதால், அது கீர்த்தி மிக்க தினமாக இருந்தது. இல்லையா? முன்னதாக உனக்குவலிகள் இருக்கும் -

அதுவொரு சோதனை என அறிவேன், அவ்வளவாகத் தேவையில்லை, எனக்கு வலிவந்ததே இல்லை; ஆனால் அது நிகழவே செய்யும்; உன்னைத் தவிர, இதனை இரண்டொரு நபர்களிடம் பார்த்துள்ளேன். பெண்களாகிய நமக்கு, இயற்கையிலும் ஆண்களிடமும் உள்ளத்திலிருந்து வேறுபட்ட வலிகள்; அவர்களுக்கு நோய்வாய்ப்பட்டிருக்கையில் தான் வலி, மற்றபடி போய்க் கொண்டே இருப்பார்கள். உன் தந்தையும் அப்படித்தான், நாயகன் போல மடிந்தார். நமது பாலினம் வேறு விதமாக இயங்குகிறது; பொறுமையுடன் வலியைத் தாங்கிக் கொள்கிறது, நீண்ட காலம் வருந்துகிறோம், வலிக்காகவே பிறந்தவர்கள் போல. ஏனெனில், எல்லாவற்றிற்கும் மேலாக, கடவுளால் விதிக்கப்பட்டதும் இயற்கையானதும் ஆரோக்கியமானதுமான, குழந்தை பிறப்பின் புனித வலியை அறிவோம் - அது விநோதமாக பெண்களுக்கே உரித்தானது; ஆண்கள் விட்டு வைக்கப்பட்டவர்கள் (அ) மறுதலிக்கப் பட்டவர்கள்.

ஆண்கள் - முட்டாள்கள்! - அரைபாதி சுயநினைவுள்ள நம் அலறல்களால் திகிலடைந்து, தம்மை நிந்தித்துக் கொள்கின்றனர். கைகளில் தலைகளைப் புதைத்துக் கொள்கின்றனர்; நாம் அழும்போதெல்லாம் அவர்களைப் பார்த்து நகைக்கிறோம். உன்னை நான் இவ்வுலகிற்குக் கொண்டு வந்தபோது, மிக மோசமாயிருந்தது. முதல்வலி 36 மணி நேரம் நீடித்தது. உன் அப்பா கைகளில் தலையை அழுத்திய படி, அடுக்ககத்தைச் சுற்றி வந்து கொண்டே இருந்தார், இருப்பினும் அது வாழ்வின் பெரும் விழாவாய் இருந்தது; நானே அழுது கொண்டிருக்கவில்லை; அது அழுது கொண்டிருந்தது, அது வலியின் புனிதப் பரவசமாய் இருந்தது. பிற்பாடு எடுவர்ட் பிறந்தபோது, அவ்வளவு மோசமாய் இல்லை, ஆனால் ஓர் ஆணால் தாங்கிக் கொள்ள முடியாததே - நமது பிரபுக்களும் நாயகர்களும் இதில் எந்தப் பங்கினையும் நிச்சயமாக விரும்பமாட்டார்கள். வலிகள், பொதுவாக, ஆபத்தின் அடையாளங்கள்; எப்போதும் கருணை கொண்டிருக்கும் இயற்கை, அவற்றின் மூலம், உடலில் நோயொன்று வளர்வதை

எச்சரிக்கும் - அங்கே சரிவர நோக்க வேண்டும், ஏதோ சரியில்லை என்று பொருள், சீக்கிரம் ஏதேனும் செய்தாக வேண்டும் - வலியைப் பொறுத்து அன்றி, வலி சுட்டிக்காட்டுவதைப் பொறுத்து. நம்மிடம் அது அப்படியும் இருக்கக் கூடும்; அப்பொருளையும் கொண்டிருக்கும். ஆனால் உன் மாதவிடாய்க்களுக்கான வலிகளைப் பொறுத்தமட்டில், அந்தப் பொருளில்லை; அது எதுகுறித்தும் எச்சரிப்பதில்லை பெண் இனத்தின் வேதனைகளுக்கு மத்தியில் அது ஒரு விளையாட்டு, அவ்வகையில் அது கண்ணியமானது அப்படித்தான் நீ எடுத்துக் கொள்ள வேண்டும் - ஒரு பெண்ணின் வாழ்வில் அது ஓர் ஆதாரச் செயல்பாடு.

பெண் முதுமையை எட்டும் மட்டும், அவளது தாய்மை உறுப்பில் எப்போதும் குருதி சுரந்து கொண்டிருக்கும்; அதன் மூலம் உயரிய இயற்கை அதனை கருவுற்ற முட்டையை ஏற்க ஆயத்தப்படுத்துகிறது; என் வாழ்வில் அது இருமுறையே நிகழ்ந்தது, அப்புறம் நமது மாதாந்திர மாதவிடாய் நின்றுவிடும், கருவுற்று விடுவோம். முப்பது வருடங்களுக்கு முன், முதல் முறை அது நின்றதும் எவ்வளவு ஆனந்தமாக இருந்தது! அப்போது நான் கருக்கொண்டிருந்தது உன்னை.... இதனை எப்படி உன் தந்தையிடம் தெரிவிதது நாணினேன் என்பது இன்னும் எனக்கு ஞாபகமிருக்கிறது; "ராபர்ட், அது நிகழ்ந்திருக்கிறது, அப்படித்தான அறிகுறிகள் சுட்டிக் காட்டுகின்றன, இப்போது எனது முறை, எனக்குக் கிடைத்திருக்கிறது...""

"பிரியமிக்க அம்மா, கிளை மொழியைப் பயன்படுத்தாது எனக்கொரு நன்மை செய்ய வேண்டும், தயவு செய்து"

"மன்னித்து விடு, செல்லம் - நான் உத்தேசித்தது உன்னை எரிச்சல்படுத்துவதற்காக அல்ல. என் ஆனந்த மயமான குழப்பத்தில் வந்து விடுவது, அதனை உன் தந்தையிடம் தான் கூறினேன். அப்புறம் - நாம் இயற்கையானவற்றைப் பேசிக் கொண்டிருக்கிறோம். இல்லையா? என்னைப் பொறுத்தவரை, இயற்கையும் கிளைமொழியும் கைகோர்த்துச் செல்லும் - நான் முட்டாள் தனமாகப் பேசினால், திருத்து - என்னை விடப் புத்திசாலி நீ. ஆமாம், நீ புத்திசாலி, ஓவியர்; இயற்கையுடன் நீ நட்பார்ந்து இல்லை ஆனால் அதனை கருத்தமைவுகளாக, கன

சதுரங்களாக, திருகுசுழல்களாக உருமாற்றுவதில் முனைந்திருக்கிறாய்; சேர்ந்து செல்பவற்றை பேசிக் கொண்டிருப்பதால், இயற்கை சார்ந்த உனது அறிவார்ந்த அணுகுமுறையும், அது உன்னைத் தெரிவு செய்து, மாதவிடாய்களில் உனக்கு வலிகளை அனுப்புவதும் சேர்ந்து செல்லவில்லையா என வியப்படைகிறேன்."

அன்னாவால் சிரிக்காது இருக்க முடியவில்லை. "நான் அறிவார்த்தமாக இருப்பதற்கு என்னைத் திட்டும் நீங்கள் அவசியமற்ற அறிவார்த்த கோட்பாடுகளை வளர்த்துச் செல்கிறீர்களே!"

"அதன் மூலம் உனது கவனத்தை சற்று திசை திருப்பிட முயன்றால், மிகவும் வெகுளித்தனமான கோட்பாடே போதுமானது. ஆனால் நான் பெண்ணின் இயற்கையான வலிகளைப் பற்றிப் பேசுவது, தீவிரமான தொனியிலேதான், அது உன்னை ஆறுதல்படுத்த வேண்டும். முப்பதாவது வயதில் உனது குருதியின் முழுமையான ஆற்றலில் இருக்கும் நீ சந்தோஷமாயிரு, பெருமிதம் கொள். உனக்கு இருப்பது போல எனக்கு இப்போது அடிவயிற்று வலிகள் இருந்தால், சந்தோஷமாய்ச் சமாளிப்பேன். ஆனால் கெடுவாய்ப்பாக, அது எனக்கு முடிந்து போனது, சீரின்றி குறைந்து வந்தது, கடந்த இரண்டு மாதங்களில் நின்று விட்டது. பைபிளில் வரும் சாராவுக்கு³ நேர்ந்தது போல எனக்கு நின்று போயுள்ளது; அப்புறம் கனிவடைதல் என்னும் அற்புதம் அவளிடத்தே நிகழ்ந்தது, ஆனால் அது நல்லொழுக்கக் கதைகளுள் ஒன்று தான் - அத்தகையது இன்று நிகழ்வதில்லை என்று கருதுகிறேன். பெண்களுக்கு நேர்வது போல, நமக்கு அது நின்று விடுகையில், நாம் பெண்களாக இல்லாது போகிறோம், ஒரு பெண்ணின் உலர்ந்த உமியாக, வற்றி, பயனற்றுப் போய், இயற்கையிலிருந்து தூக்கி எறியப்பட்டவர்களாகிறோம். என் செல்லமே, இது மிகவும் கசப்பானது. ஆண்களைப் பொறுத்தவரை அவர்களின் ஆயுள் முழுக்க இது நிற்பதில்லை. என்பது வயதான சிலர் இன்னும் பெண்ணை விட்டு வைப்பதில்லை என்பதை அறிவேன். உனது அப்பா டும்லெர் கூட அப்படித்தான், அவர்

துணைத் தளபதியாக இருந்தபோது, சிலவற்றைக் கண்டு கொள்ளாதது போல பாவனை செய்ய வேண்டியிருந்தது! 50 வயது என்பது ஆணுக்கு ஒரு பொருட்டில்லை. நல்ல மனநிலை வாய்க்கப் பெற்றால், 50 வயது ஒருவரை காதலனாக இருப்பதிலிருந்தும் நிறுத்தி விடாது, பலர் இன்னும் யுவதியரை வெற்றி கொள்கின்றனர்; ஆனால் நாமோ, ஒட்டு மொத்தமாகப் பார்க்கையில், நம் வாழ்வில் பெண்களாய் இருந்திட, முழுமையான மானுட உயிர்களாக இருந்திட, நமக்களிக்கப்படுவது 35 ஆண்டுகளே; 50 வயதாகும் போது முதிர்வடைந்து விடுகிறோம், உற்பவிக்கும் திறன் தீர்ந்து போகிறது, இயற்கையின் கண்களில் நாம் பழைய குப்பை என்பதற்கும் மேல் ஒன்று மற்றவர்கள்!"

இயற்கையின் போக்குகளை விவரிக்கும் இவ்வார்த்தை களுக்கு, பல பெண்கள், சந்தேகத்திடமின்றி நியாயமாகவே பதிலளிக்க கூடிய விதத்தில் அன்னா பதில் தரவில்லை. அவள் குறிப்பிட்டாள்.

"அம்மா எப்படிப் பேசுகிறீர்கள், எப்படி நிந்திக்கிறீர்கள், ஒருத்தி தன் வாழ்வை நிறைவு செய்கையில், மூத்த பெண்களுக்கு வந்துசேரும் கண்ணியத்தை நீங்கள் மறுதளிப்பதாகத் தோன்றுகிறது; மற்றும் நீங்கள் பெரிதும் நேசிக்கின்ற இயற்கை, அவளை புதிய கனிந்த நிலைக்கு உருமாற்றம் செய்கிறது, அது கண்ணியமிக்க, நேசிக்கத்தக்க நிலைதான் - அந்நிலையில் தன் குடும்பத்தினருக்கும் அவ்வளவு நெருக்கம் இல்லாதோருக்கும் அவளால் நிறையவே அளிக்க முடியும். ஒரு பெண்ணை விடவும் ஆணின் பாலியல் வாழ்க்கை வரம்பிடப்பட்டதாக இல்லையென்பதற்காக ஆண்கள் மீது பொறாமைப்படுவதாகக் கூறுகிறீர்கள். அவர்கள் மீது பொறாமைப் படுவதற்கு, அதுவொரு காரணமாக இருப்பின், அது மதிக்கத்தக்க ஒன்றா என சந்தேகப்படுகிறேன், எதுவாயினும், நாகரிகமடைந்தவர் களெல்லாம் எப்போதும் தம்மை வளர்த்த ஆயாக்களுக்கு மிக நேர்த்தியான கௌரவங்களை அளித்து வந்துள்ளனர் - உங்களின் இனிய - வசீகரிக்கும் முதிய பருவத்தில் புனிதமாக நாங்கள் கருதுவதைக் குறிக்கின்றேன்."

ரோஸலி தன் மகளைக் கிட்ட இழுத்தபடி கூறினாள். "செல்லமே, மிக அழகாகவும் புத்திசாலித்தனமாகவும் பேசுகிறாய், - உன்னை நான் ஆறுதல்படுத்த முனையும் உனது வலிகளை மீறியும் - இப்போது நீ உனது முட்டாள்தனமிக்க தாயை, தகுயிற்றவற்றிற்காக ஆறுதல்படுத்துகின்றாய். ஆனால் கண்ணியமும் ஒதுங்கி இருத்தலும் கடினமானவை, செல்லம், புதிய தருணத்தில் தன்னை அறிந்து கொள்வது உடலுக்கே கடினமானது, அதுவே வதைத்திடப் போதுமானது. மற்றும் இருதயமும்மனமும் உடன் இருக்கையில், கண்ணியமும் இல்லத்தரசியின் கௌரவமிக்க நிலையும் கேள்விப்படாதவை - வற்றிவரும் உடலை எதிர்த்து கலகம் செய்யும் - அது தான் சிரமமானது. உடலின் புதிய கட்டளைக்கு ஏற்ப ஆன்மா தன்னைச் சரிசெய்து கொள்வதுதான் மிகவும் கடினமானது."

"அம்மா, அதனை நான் நன்றாகவே புரிந்து கொள்கிறேன். ஆனால் இதனைப் பரிசீலியுங்கள்: உடலும் ஆன்மாவும் ஒன்று; உளவியல் ரீதியிலானது உடலியல் ரீதியானதை விட இயற்கையின் குறைந்த அம்சமில்லை; உளவியல் ரீதியிலானதிலும் இயற்கை பங்கேற்கிறது; உங்கள் உடலினான இயற்கை மாறுதலிலிருந்து உங்கள் ஆன்மா நீண்ட காலம் இணக்கமின்றி இருக்க முடியும் என அஞ்சத்தேவையில்லை. உளவியல் ரீதியிலானதை உடலின் வெளிப்பாடாகவே கருத இயலும்; உடலின் மாறிய வாழ்க்கைக் கேற்ப தன்னைச் சரி செய்து கொள்வதான மிகக் கடினமான பணி ஏற்றப்பட்டவளாக அவ்வெளிய ஆன்மா எண்ணிக் கொள்ளுமானால், தான் செய்வதற்கு ஏதுமில்லை என்பதை அவள் சீக்கிரமே கண்டு கொள்வாள்; மாறாக உடலை அதன் போக்கில் விட்டு தன்னிடத்தேயும் அதனை இயங்க விடுவாள். ஏனெனில் தன் நிலைக்கேற்ப, ஆன்மாவை வார்த்தெடுப்பது உடலே."

அன்னா இப்படிச் சொல்ல காரணங்கள் இருந்தன, ஏனெனில் தன் தாய் இப்படிக் குறிப்பிட்ட காலகட்டத்தில், புதிய முகமொன்று, கூடுதல் முகமொன்று, விரைவில் வீட்டில் பார்க்கக் கூடியதாயிருந்தது; மிகவும் தர்மசங்கடமான

சந்தர்ப்பங்கள் அன்னாவின் நிசப்தமான சந்தேகப்படும் பார்வையிலிருந்து தப்பியிருக்கவில்லை.

அப்புதிய முகம் அன்னாவுக்குச் சாதாரணமாகத் தெரிந்தது, புத்திசாலித்தனத்தால் தனித்துவமிக்கதாகத் தெரியவில்லை - இளைஞன் கென் கீட்டனுக்கு உரியது; 24 வயது அமெரிக்கன்; போர் காரணமாக அங்கு வந்து சிறிது காலம் தங்கியவன்; ஏதேனும் ஒரு வீட்டில் ஆங்கிலப் பாடம் எடுத்தான் (அ) தொழிலதிபர்களின் மனைவியரால் அவனது ஆங்கில உரையாடலுக்காக கொண்டாடப் பட்டான். தன் பள்ளி இறுதியாண்டிலிருந்த எடுவர்ட், கடந்த ஈஸ்டரின் போது இவற்றை கேள்விப்பட்டிருந்தான்; வாரத்தின் சில பிற்பகல்களில் ஆங்கில அடிப்படைகளை தனக்குக் கற்றுத்தர திரு கீட்டனை அமர்த்தித்தருமாறு அம்மாவிடம் கெஞ்சினான். அவனது பள்ளி ஓரளவுக்கு கிரேக்கத்தையும் லத்தீனையும் கற்றித்தந்து, கணிதத்தில் அவன் தேர்ச்சி பெற்றிருந்தாலும், ஆங்கிலம் கற்கவில்லை; அவனது எதிர்கால இலக்கிற்கு ஆங்கிலம் பெரிதும் முக்கியமானதாகத் தோன்றிற்று. எப்படியாவது சலிப்பூட்டும் இம்மனித வரலாறுகளில் தேர்ச்சியடைந்ததும் தொழிற்கல்வி பயில விரும்பினான், அப்புறம் மேற்படிப்புக்கு இங்கிலாந்து செல்ல வேண்டும் (அ) தொழில்நுட்பத்தின் சொர்க்கமான அமெரிக்காவுக்கு நேராகச் சென்று விடத்திட்ட மிட்டான்.

தன் திட சித்தத்தையும் நோக்கத்திலுள்ள தெளிவையும் புரிந்து கொண்ட அம்மா, சம்மதித்தபோது அகமகிழ்ந்தான். திங்கள்கிழமைகள், புதன்கிழமைகள், சனிக்கிழமைகளில் கீட்டனிடம் அவன் பெற்று வந்த பயிற்சி திருப்திகரமாயிருந்தது - ஏனெனில் அது அவன் நோக்கத்தை நிறைவேற்றுவதாய் இருந்தது; அடிப்படையிலிருந்து புதியதொரு மொழி கற்பது வேடிக்கையாயிருந்தது. கீட்டனும் பண்டிதத் தன்மையின்றி சுதந்திரமாக எளிய முறையில் கற்பித்தான். சந்தர்ப்பத்திற் கேற்றபடி வேடிக்கையாகப் பேசி, கொச்சையான சொற்களையும் பரிச்சயமாக்கி, எடுவர்டின் அறையைக் கலகலப்பாக்கினான்.

எடுவர்டின் அம்மா, இந்த அறையின் உல்லாசத் தன்மையால் ஈர்க்கப்பட்டு, சிலவேளைகளில் அவர்களுடன் கலந்துகொண்டாள், மனப்பூர்வமாகச் சிரித்தாள்; தன் மகனுக்கும் இளம் பயிற்சியாளருக்கும் இடையில், குறிப்பாக தோள்களில், ஒப்புமை இருந்ததைக் கண்டாள் - கென்னின் தோள்களும் அற்புதமான வகையில் அகன்றிருந்தன. அடர்ந்த முடி பெற்றிருந்தான். நட்பார்ந்த சிறுவனின் முகம் போன்ற அவன் முகம், ஆங்கில - சாக்ஸனிய சாயல் கொண்டு, வழக்கத்திற்கு மாறான தன்மையைத் தந்திருந்தது; தொளதொளக்கும் உடைகளை அணிந்திருந்தாலும், உடற்கட்டமைப்பைக் கச்சிதமாகக் கொண்டிருந்தான். நீண்ட கால்கள், குறுகிய இடுப்பு என இளமையின் திண்மை அவனிடம் இருந்திருந்தது. பொலிவுமிக்க கைகள். சிரிப்பை வரவழைக்கும் அவனது ஜெர்மன் உச்சரிப்பு. அவன் பல அய்ரோப்பிய நாடுகளுக்குச் சென்று வந்திருந்ததால், அங்கங்கே பிரெஞ்சு, இத்தாலிச் சொற்களும் அவன் பேச்சில் விரவிக் கிடக்கும். இவையெல்லாம் ரோஸலிக்கு மகிழ்ச்சியைத் தந்தன; அவனின் இயற்கையானதன்மை அவளை ஆட்கொண்டு விட்டது. எடுவர்டின் பாடம் முடிந்ததும் இரவுச் சாப்பாட்டிற்கு அவனை மீண்டும் மீண்டும் அழைத்து வந்தவள், சீராகவே சாப்பிடச் செய்தாள். பெண்களை வெற்றி கொள்பவன் அவன் என அவள் கேள்விப்பட்டிருந்ததும் இந்த ஈர்ப்புக்கு ஒரு காரணமாக அமைந்தது. இதனை மனதில் வைத்து அவனை ஆராய்ந்தவள், தான் கேள்விப்பட்டது சரியானதே என்றுணர்ந்தாள்.

கிழக்கத்தைய மாநிலங்களில் ஒன்றின் சிறிய நகரத்தைச் சேர்ந்தவன் கீட்டன்; அங்கே அவனது அப்பா தரகர், பெட்ரோல் நிலைய மேலாளர் எனப் பலதொழில்கள் செய்து வந்தவர்; வீட்டுமனை வணிகத்திலும் சிறிது சம்பாதித்தவர். பள்ளிப்படிப்பை முடித்திருந்த கென், மிசிகனின் டெட்ராய்ட் கல்லூரியில் சேர்ந்தான். படிப்புச் செலவிற்காக பாத்திரம் கழுவுபவனாக, சமையல்காரனாக, பரிசாரகனாக, தோட்டக்காரனாக வேலை பார்த்தான். இப்படி வேலை பார்த்தும் கைகளை எப்படி அவ்வளவு வெள்ளையாக,

மேட்டுக் குடியினரைப் போன்றதாக வைத்திருக்க முடிந்தது என ரோஸலி வினவினாள். எப்போதும் கையுறைகளை அணிந்திருப்பேன் என்றான். கட்டுமானப் பணிகளில் ஈடுபட்டுள்ள தொழிலாளர்கள் கையுறை அணிந்திருப்பதால் வழக்குரைஞரின் கைகளைப் போல, மோதிரமணிந்த கைகளாகத் தெரியும் என்றான்.

ரோஸலி இச்சம்பிரதாயத்தை (Custom)ப் புகழ கீட்டனுக்கு வேறு அபிப்பிராயம் இருந்தது. சம்பிரதாயம்? இச்சொல் மிகவும் உயர்ந்தது, இதனைச் சம்பிரதாயம் என்றழைக்க முடியாது - பழைய அய்ரோப்பிய வழக்காறுகளின் அர்த்தப்படி (அவன் "அய்ரோப்பிய" என்பதற்கு "கண்டத்தின்" என்றே குறிப்பிடுவான்). கிறிஸ்துமஸ் (அ) ஈஸ்டரின் போது கிராமத்துச் சிறுவர்கள் பிர்ச் - வில்லோ மரக் குச்சிகளைப் பொறுக்கி சிறுமியரை அடிப்பது ('பதப்படுத்துதல்' / 'தீட்டுதல்' என்பர்) மற்றும் சமயங்களில் ஆடுமாடுகளையும் மரங்களையு அடிப்பது - அது ஆரோக்கியத்தையும் வளப்பத்தையும் தருவது - அதுதான் "சம்பிரதாயம்" தொனறு தொட்டு வருவது. "வாழ்வின் குச்சி" எனப்படும் அது அவனை மகிழச் செய்தது. அடித்து விளாசல் வசந்தத்தில் நடக்கும் போது Smack Easter எனப்படும்.

டும்லெர் குடும்பத்தினர் Smack Easter என்பதைக் கேள்விப்பட்டதே இல்லை என்பதால், கீட்டனின் நாட்டார் வழக்காறுகள் சார்ந்த அறிவைக் கண்டு ஆச்சரியப்பட்டனர். "வாழ்வின் குச்சி" என்பதைக் கேட்டு எடுவர்ட் சிரிக்க, அன்னா முகத்தை சுளித்துக் கொண்டாள், ரோஸலிதான் சந்தோஷப் பட்டாள். எதுவாயினும், பணிபுரியும் போது கையுறைகள் அணிவதினின்றும் வேறுபட்டது இது என்றான்; இது போன்றதை அமெரிக்காவில் காண நீண்ட நேரமாகிவிடும்; அங்கே கிராமங்கள் இல்லாததாலும் விவசாயிகள் விவசாயிகளாக இல்லாததாலும் "சம்பிரதாயங்கள்" இல்லை - அவர்கள் தொழில்முனை வோராக உள்ளனர். அவன் தன் நடையுடை பாவனைகளில் தவறாமல் அமெரிக்கனாக இருப்பினும், தனது மாபெரும் நாட்டிடத்தே நெருக்கத்தைக் கொண்டிருக்கவில்லை. அவன் "அமெரிக்கா பற்றிக்

கவலைப்படவில்லை”; அது டாலரைக் குவிப்பதும் சிரத்தையின்றி தேவாலயம் செல்வதும் வெற்றியை வழிபடுவதும் அப்பட்டமான தரமற்றதன்மையும் எல்லாவற்றும் மேலாக வரலாற்றுச் சூழல் இல்லாமையும் அவனைத் திகைக்க வைத்தன. நிச்சயமாக அதற்கொரு வரலாறு இருந்தது. ஆனால் அது 'வரலாறல்ல;' சலிப்பூட்டும் சிறு 'வெற்றிக்கதையே' பாரிய பாலைகள் இருக்க, அழகிய - அற்புத நிலவியல்களைக் கொண்டிருந்தாலும், “அவற்றின் பின்னே ஏதுமில்லை” அய்ரோப்பாவிலோ “அவற்றின் பின்னே ஏராளமாய் இருக்கும்” குறிப்பாக நகரங்களின் பின்னே - ஆழந்த வரலாற்றுப் பார்வைகளுடன் அவன் அமெரிக்க நகரங்களைப் பற்றி “கவலைப்படவில்லை”, நேற்று நிர்மாணிக்கப்பட்ட அவை, நாளையே இல்லாமல் போகலாம். சிறியவை முட்டாள் தனமான துளைகளே, ஒன்று இன்னொன்றுபோல இருக்கும்; பெரியவையோ திகிலடையச் செய்வதாக ராட்சத்தனம் கொண்டிருக்கும் அய்ரோப்பாவிலிருந்து வாங்கப்பட்ட பண்பாட்டுக் கருவூலங்களால் அருங்காட்சியகங்கள் நிரம்பிக் கிடக்கும். திருடப்பட்டது என்பதை விட வாங்கப்பட்டது என்பது மேலானது, ஆனால் மிக மேலானதில்லை, ஏனெனில் சில இடங்களில் கி.பி. *1400 - 1200*னைச் சேர்ந்துள்ளவை திருடப்பட்டவையே.

கென்னின் கட்டற்ற அரட்டை சிரிப்பை வரவழைத்தது; அதற்காக அவனை அவர்கள் எளிதில் விட்டு வைக்கவில்லை; அவனோ தான் பேசியது, அக்கறை கொண்டது என்றான் குறிப்பாக நோக்குநிலையிலும் சூழலிலும் அக்கறை கொண்டது என்றான். கி.பி. *1100, 700* போன்ற முந்தைய காலங்கள் தனது பொழுதுபோக்கு, ஈடுபாடு என்றான்; கல்லூரியில் எப்போதும் வரலாற்றுப் பாடத்தில் ஆர்வம் கொண்டிருந்தான் - வரலாற்றிலும் தட களை விளையாட்டிலும் என்றே கூறலாம். அய்ரோப்பா அவனை நீண்ட நாட்களாக ஈர்த்து வந்தது; போர் இல்லாமலேயே, ஒரு மாலுமியாகவோ பாத்திரம் கழுவுபவனாகவே அவன் அங்கே வாழ்ந்திப்பான் - வரலாற்றுக் காற்றினைச் சுவாசிப்பதற்காகவே ஆனால் அவனுக்குச் சரியான தருணத்தில்

போர் வந்து சேர்ந்தது; 1917இல் அவன் உடனடியாக ராணுவத்தில் சேர்ந்தான்; தன்னை அது அய்ரோப்பாவில் சேர்க்கும் முன்னரே முடிந்து விடுமோ எனப் பயந்து கொண்டிருந்தான். ஆனால் வந்து சேர்ந்து விட்டான், கடைசி நிமிடத்தில் பிரான்ஸ் வந்து விட்டான். படை வீரர்கள் கொண்ட கப்பலில் வந்து, ஒரு சண்டையில் ஈடுபட்டு, காயம்பட்டு, மருத்துவமனையில் வாரக்கணக்கில் சிகிச்சை பெற்றான். அது சிறுநீரகக் காயம், இப்போது ஒரு சிறுநீரகம் அவனிடம் இயங்குகிறது; அது போதுமானது. எனினும் தானொரு ஊனமுற்றவன், ஊனம் பட்டோருக்கான சிறு ஓய்வூதியம் பெற்று வருவதாக புன்னகைத்தபடியே கூறுவான். அது அவனுக்கு அவனிழந்த சிறுநீரகத்தை விட முக்கிமாயிருந்தது.

ஊனமுற்ற மூத்தராணுவ வீரன் என்பதாக எதுவும் அவனிடம் இல்லை என அன்னா கூறினால், "சிறு தொகை மட்டுமே" என்பான்.

மருத்துவமனையிலிருந்து விடுவிக்கப்பட்டதும் ராணுவத்திலிருந்து விலகினான்; அவனது தீரச் செயலுக்காக பதக்கத்துடன் கௌரவமாக அனுப்பப்பட்டான்; அய்ரோப்பாவில் நீண்ட நாள் தங்கினான்; அது அவனுக்கு "அதிசயமாயிருந்தது" தொல்காலங்களில் திளைத்தான். பிரெஞ்சுப் பேராலயங்களும் இத்தாலிய விளையாட்டு அரங்கங்களும் ஸ்விட்ஜர்லாந்தின் கிராமங்களும், ஸ்டீய்ன் ஆம் ரெய்ன் போன்ற இடமும் அவனுக்கு ஆனந்தமளித்தன. பிரான்ஸின் பிஸ்ட்ராஸ், இத்தாலியின் ட்ராட்டோரி, ஸ்விட்ஜர்வாந்து மற்றும் ஜெர்மனியின் விர்ட்ஸ்ஹாஸர் என விதவிதமான ஓயின்கள் கிடைத்தன - அமெரிக்காவில் இவற்றை எங்கே பார்க்கக் கூடும்? அங்கே ஓயினே கிடையாது, விஸ்கியும் ரம்மும் தான்; எலாஸ்ஸர் ஜோஹனிஸ்பெர்ஜர் ட்ரோலர் போல குளிர்ந்த பானவகைகள் கிடையாது. அமெரிக்கருக்கு எப்படி வாழ்வது என்றே தெரியாது.

ஜெர்மனி! அவன் நேசித்தது அத்தேசத்தையே; அதனை அவன் ஆராய்ந்திராத போதும், இடங்கள் மட்டுமே தெரியும் என்றபோதும் அவன் உண்மையில் அறிந்திருந்தது ரைன்லாந்து

மாத்திரமே. வசீகரமும் உற்சாகமுமிகுந்த மக்களுடன், சற்று போதை ஏறி விட்டால் இணக்கம் கொண்டு விடுபவர்களுடன், ட்ரையர், ஆச்சென், கோப்லென்ஸ், “புனித” கொலோன் ஆகிய வணங்கத்தக்க நகரங்களுடன் இருந்தது ரைன்லாந்து. ஓர் அமெரிக்க நகரை - புனித கான்ஸாஸ் நகரம் என்பது போல - அழைதது்ப் பாருங்கள், ஹா - ஹா! மிஸ்ஸவ்ரி நதியின் ஆவிகளால் பாதுகாக்கப்படும் பொன் கருவூலம் - ஹா ஹா ஹா - மன்னியுங்கள் என்னை! டஸ்ஸல் - டார்ஃப் மற்றும் மெரோவிங்கியன் காலத்தலிருந்தான் அதன் நீண்ட வரலாறு பற்றி, ரோஸலியும் அவரது பிள்ளைகளும் அறிந்திருப்பதை விடவும் நிறையத் தெரிந்திருந்தான்; குள்ளமான பெப்பின், ரிண்ட்ஹாஸனின் அரண்மனையை கட்டிய பார்பரோஸ்ஸா, நான்காம் ஹென்றி குழந்தையாயிருந்த போது முடிசூட்டிக் கொண்ட ஸாலியன் தேவாலயம், பெர்க்கின் ஆல்பர் மற்றும் பேவடினேட்டின் ஜான் வில்லியம் பற்றியெல்லாம் ஒரே பேராசிரியரைப் போலத் தெரிந்து வைத்திருப்பான்.

ஆங்கிலத்தைப் போலவே வரலாற்றையும் அவனால் கற்பிக்க இயலும் என்பாள் ரோஸலி. அதற்கான தேவை இல்லை என்பான். அப்படியில்லை என்பாள். எவ்வளவு சொற்பமாக தெரிந்து வைத்திருக்கிறோம் என்றுணர்ந்த அவள், உடனே அவனிடமிருந்து கற்கத் தொடங்கினாள். அதுபற்றி அவன் “சற்று வெட்கப்பட்டான்.” வாழ்வில் இளமைக்கும் முதுமைக்குமிடையில் விதியாக இருப்பது வெட்கம் என்பது விநோதமானது, ஓரளவு வேதனையானது. முதுமையின் முன்பு இளமை அடங்கியிருக்கும் ஏனெனில் முதுமையின் கண்ணியத்திலிருந்து வாழ்வின் பசுங்காலம் குறித்த எந்தப் புரிதலையும் அது எதிர்பார்க்கவில்லை; முதுமை இளமைக்கு அஞ்சியது ஏனெனில் இளமை என்ற அளவிலேயே அது மனதாரப் பாராட்டினாலும், தன் பாராட்டினை பரிகசிப்பின் கீழ் மறைத்திடும் கண்ணியத்தால் என்றெண்ணிற்று, கருணை கொண்டது.

மனமகிழ்ந்த கென் அதனை ஏற்று நகைத்தான். அம்மா ஒரு புத்தகத்தைப் போல் பேசுகிறாள் என எடுவர்ட் கூற,

அன்னா குறுகுறுப்புடன் தாயை நோக்கினாள். கீட்டனின் முன்னே அவள் எழுச்சியுடன் இருந்தாள்; சமயங்களில் அது சிறிதாயினும் அவளைப் பாதித்தது; அவனை அடிக்கடி வரவழைத்தாள். அவனை உற்றுநோக்கினாள் - தன்கைக்குப் பின்னே “மன்னியுங்கள், என்னை” எனக் கூறியபோதும். ஒரு தாயின் கருணையுடன் அதனைக் குறிப்பிடுவான்; அய்ரோப்பா மீது அவன் உற்சாகம் கொண்டிருந்தாலும் 700 போன்ற காலகட்டங்களில் வேட்கை இருப்பினும் டஸ்ஸல்டார்ஃபின் பழமையான மண்வீடுகள் பற்றித் தெரிந்திருப்பினும், அன்னாவுக்கு அவனிடம் ஆர்வம் எழவில்லை - தாய்மை சார்ந்தவற்றில் ஆட்சேபகரமானவனாகவே அன்னாவுக்குத் தோன்றினான். கீட்டன் இருக்கும் போது, தன் மூக்கு சிவந்து விட்டதா என ரோஸலி நடுக்கத்துடன் வினவினாள். அன்னா இதமாக இல்லையென்பாள். பொதுவாக இளைஞரிடையே இருந்தபோதெல்லாம் அவள் மூக்குக் கடுமையாகச் சிவந்து விடும். ஆனால் அப்போதெல்லாம் அவள் அதனை மறந்து விட்டதாகத் தோன்றிற்று.

அன்னா சரியாகவே கண்டுகொண்டாள்: தன் மகளின் இளமையான பயிற்றுனரிடம் தன் இருதயத்தை இழக்கத் தொடங்கியிருந்தாள் அவளது அம்மா; விரைந்து முகிழ்த்து வரும் உணர்வைத் தடுக்காமலேயே, அதனை அறியாமலேயே, அதனை ரகசியமாய் வைத்திடும் முயற்சி மேற்கொள்ளாதிருந்ததை அறிந்து கொண்டாள். இன்னொரு பெண்ணிடம் இந்த அறிகுறிகள், அவளது பெண்மைப் பார்வையிலிருந்து தப்பியிருக்காது (கென் அரட்டையடிக்கையில் மிகையான சந்தோஷச் சிரிப்பும் பிரகாசிக்கும் விழிகளுக்குத் திரையிடும் ஈடுபாடுமிக்க பார்வையும்) - தன்னிடத்தே அது புலப்படாததாகக் கருதுவதாகத் தோன்றிற்று - தன் உணர்வோட்டம் குறித்து அள் பெருமிதம் கொள்ளவில்லையெனினும், அதனை மறைத்திடும் கர்வம் கொண்டிருக்கவில்லை.

வெப்பம் மிகுந்த செப்டம்பரின் ஒரு மாலையில், இரவுச் சாப்பாட்டுக்கு கென் தங்கியிருந்த போது, வெப்பம் காரணமாக எடுவர்ட் தனது மேல் சட்டையை கழற்றி விடவா என்று கேட்ட

வேளையில், அன்னாவுக்கு இந்நிலவரம் வெட்ட வெளிச்சமானது, சென்னும் தன் மேல் சட்டையைக் கழற்றினான். நீண்ட கைகளுடைய வண்ணச் சட்டையை எடுவர்ட் அணிந்திருந்தான்; கென்னோ, கைகளற்ற வெள்ளை ஜெர்ஸி மீது அணிந்திருந்ததால், அவனது வெறுங்கைகள் நன்றாகத் தெரிந்தன - பொலிவு மிகுந்து உருண்டு திரண்ட வெண்ணிறக் கைகள் - கல்லூரியில் அவன் வரலாற்றைப் போன்றே தடகள விளையாட்டுகளிலும் சிறந்து விளங்கினான் என்பதைப் புரிந்து கொள்ள முடிந்தது. அவ்வில்வத்தரசியிடம் அக்காட்சி ஏற்படுத்திய சலனத்தை அவன் கவனிக்கவில்லை; எடுவர்டும் கவனிக்காதிருந்தான். ஆனால் அதனை வலியுடனும் இரக்கத்துடனும் அன்னா நோக்கினாள். நடுங்கியபடி பேசிக்கொண்டும் சிரித்துக் கொண்டுமிருந்த ரோஸலி, குருதி தோய்ந்து அச்சுறுத்தும் கையில் வெளிறியும் மற்றும் ஒவ்வொரு தப்பித்தலுக்குப் பின்னரும் பறந்தோடும் அவளது விழிகள். தடுத்திட முடியாத ஈர்ப்புடன் அவ்விளைஞனின் கைகளுக்குத் திரும்புவதுமாயும் இருந்தாள்; சூழ்ந்ததும் புலனின்பம் சார்ந்ததுமான துயரத்துடன் சில விநாடிகள் அக்கைகளில் தங்கியது அவளது பார்வை.

கென்னின் புராதனமிக்க கபடற்றதன்மை மீது அன்னாவுக்கு ஆத்திரம்; அதனை அவள் முற்றிலும் நம்பிடவில்லை; திறந்துள்ள சாளரங்களினூடே வீசிய மாலைநேரக் குளிர்காற்றினிடத்தே கவனத்தை ஈர்த்தாள்; குளிர்காற்றினால் ஜலதோஷம் பிடிக்கலாம் எனவே, மேல் சட்டைகளைப் போட்டுக் கொள்ளச் சொன்னாள். ஆனால் சாப்பாடு முடிந்ததும் ரோஸலி, தலைவலி என்று கூறி தன் படுக்கையறைக்குச் சென்றுவிட்டாள். அப்புறம் முகத்தைக் கைகளில் புதைத்து, தலையணையில் அழுத்தி, அவமானம் பீதி, ஆனந்தம் மீதூரப்பெற, கட்டிலில் சாய்ந்தாள்; தன் வேட்கையை தன்னிடமே ஒப்புவித்தாள்.

“நல்ல தெய்வமே, அவனை நான் நேசிக்கிறேன், ஆம், நேசிக்கிறேன், ஒரு போதும் நேசிக்காதது போல, இது சாத்தியமா? செயல்துடிப்புமிக்க பணியிலிருந்து ஓய்வுபெற்று, அமைதிமிகுந்ததும் கண்ணியமானதுமான இல்லதலைவி

பொறுப்புக்கு இயற்கையால் உருமாற்றப்பட்டுள்ளேன். இன்னும் நான் காமத்திற்கு இடந்தரலாமா? அவனைப் பார்த்த மாத்திரத்தில், கடவுளைப் போன்ற கைகளைப் பார்த்ததுமே, எனது பீதிமிக்க ஆனந்தமான எண்ணங்களுடன், அக்கைகளால் தழுவப்பட வேண்டுமென்று பைத்தியக் காரத்தனமாக ஏங்குகிறேன்; அவனது பனியனின் கீழே விரிந்துள்ள செம்மாந்த நெஞ்சினை மோசமாயும் பரவசமாயும் நோக்குகிறேன். நான் வெட்கங்கெட்டவளா? இல்லை, வெட்கங்கெட்டவளில்லை, ஏனெனில் அவனுக்கு முன்னே வெட்கப்படுகிறேன் - இளமையில் இழுக்கும் அவனை எப்படிச் சந்திப்பது, நட்பார்ந்ததும் அறிவு நுட்பமிக்கதுமான அவன் கண்களை எப்படி நோக்குவது - என்னிடமிருந்து தகிக்கும் உணர்வை அவை எதிர்பார்க்காதபோது - என்று தெரியவில்லை? வாழ்க்கைக் குச்சியால் அடிபட்டது நானே; அவனோ ஏதுமறியாதபடி, என்னை அடித்துள்ளான், என்னை நிறைத்துள்ளான், எனது Smack Easter-னை எனக்குத் தந்துள்ளான்! பழைய வழக்காறுகளின் மீதான தன் இளமையின் உற்சாகத்தில், அதனை ஏன் அவன் எங்களிடம் கூறியிருக்க வேண்டும்? இப்போது அவனது குச்சியால் பெறும் விழித்தெழல், வெட்கங்கெட்ட இனிமையால் என் அகத்தை நிரப்புகிறது, நனைக்கிறது. அவனை விரும்புகிறேன் - இதற்கு முன் எப்போதேனும் விரும்பியிருக்கிறேனா? நான் இளமையாய் இருந்தபோது, டும்லெர் என்னை விரும்பினார், சம்மதித்தேன், அவரது கெஞ்சலுக்கு இணங்கினேன், ஆணையிடும் ஆண்மை மிகுந்திருந்த அவரை திருமணம் செய்து கொண்டேன், அவர் விரும்பியபோது காமத்தில் திளைத்தோம். இப்போது ஆசைப்படுவது நான், என் இயல்புக்கு விருப்பத்திற்கு ஏற்ப; ஓர் ஆண் தான் விரும்பிய யுவதி மீது பார்வையை வீசுவதுபோல, அவன் மீது பார்வையை வீசியிருக்கிறேன் - இதைத்தான் வயது செய்கிறது, என் வயதும் அவனது இளமையும். இளமை பெண்மை மிக்கது, அதனுடனான வயதின் உறவுமுறை ஆண்மை மிக்கது ஆனால் வயது தன் ஆசையில் சந்தோஷப் படுவதில்லை, நம்பிக்கை வைத்திருப்பதில்லை; பொருத்தமின்மையால் இளமையின் முன்னே இயற்கையனைத்தின் முன்னே வெட்கத்தாலும் பயத்தாலும் நிரம்பியுள்ளது. எனக்கு

நிறையவே துயரம் எஞ்சியிருக்கிறது, என் ஆசையால் அவன் மகிழ்ச்சியடைவான், டும்லெருக்கு நான் இணங்கியதுபோல, என் கெஞ்சலுக்கு இணங்குவான் என எப்படி நான் நம்பக்கூடும்? திடமான கைகளையுடைய அவன் சிறுமியில்லை - மாறாக, தானே ஆசைப்பட விரும்பும் இளைஞன், பெண்களிடத்தே இவ்விஷயத்தில் வெற்றிகரமானவன் என்கின்றனர். இந்நகரில் தான் விரும்புமளவுக்கு நிறையப் பெண்கள் உண்டு, அதை எண்ணும் போது என் ஆன்மா துடித்து அலறுகிறது பொறாமையில் பெம்பல் - ஃபோர்ட் ஸ்ட்ராஸ்ஸேயில் லூயி ஃபிங்ஸ்டெனுக்கும் அமெலி லுட்ஸென்கிர்செனுக்கும் ஆங்கில உரையாடல் வகுப்புகள் எடுக்கின்றான்; அமெலியின் கணவன் மண்பானை தயாரிப்பவன், குண்டானவன், சோம்பேறி. லூயியும் மிக உயரமானவள், மோசமான தலையலங்காரம் கொண்டவள், ஆனால் 38 வயதே ஆகிறது, எப்படி ஆளை மயக்குவது போல் பார்ப்பது என்றறிந்தவள். அமெலி சற்று மூத்தவள், அழகானவள்; கெடுவாய்ப்பாக அவள் அழகாய் இருப்பதால், தடிமனான அவளது கணவன் எல்லா சுதந்திரமும் அவளுக்குத் தந்திருந்தான். அவனது கரங்களில் அவர்கள் சாய்ந்திருப்பது சாத்தியமா? குறைந்தது அவர்களில் ஒருவராவது? அமெலி அப்படி இருக்கக் கூடும் ஆனால் அதேவேளையில் லூயியின் குச்சியாக அது இருக்க முடியும் - யாரால் தழுவப்பட வேண்டுமென ஏங்குகின்றேனோ, அதற்கு அம்முட்டாள் தனமான ஆன்மாக்களால் துணிவு கொள்ள முடியாது. அவனது சூடான சுவாசத்தை, உதடுகளை அவர்கள் அனுபவிக்க, அவனது கரங்கள் அவர்களைத் தழுவுகின்றனவா? இன்னும் நன்றாயுள்ள என் பற்கள், இதுபற்றிநான் எண்ணுகையில், அவர்களை நொறுக்குகின்றன, நான் அவர்களை நொறுக்குகிறேன். என் உருவமும் அவர்களுடையதை விடச் சிறந்தது, அவனது கரங்களால் தழுவப்பட தகுதி வாய்ந்தது - அவனுக்கு எத்தகைய மென்மையை என்னால் வழங்க முடியும் எத்தகையதொரு வெளிப்படுத்த முடியாத பக்தி! ஆனால் அவர்களோ பீறிடும் நீரூற்றுகள், நானோ வற்றிவிட்டவள், இனியும் பொறாமைப்படத் தக்கவளில்லை. பொறாமை, வதைத்தல், சிதைத்தல், நசுக்கிடும் பொறாமை! ரோல்வேகன்ஸ் இல்லத்தில் நடந்த தேட்ட விருந்து

- இயந்திரத் தொழிற்சாலை ரோல்வேகன் மற்றும் அவரது மனைவி - அங்கே அவனும் அழைக்கப்பட்டிருந்தான் - அனைத்தையும் பார்த்திடும் என் விழிகளோலே அங்கே தான் அவனைப் பார்த்தேன், அமெலி ஒரு பார்வையினையும் புன்னகையினையும் பரிமாறினாள் அவர்களுக்கிடையிலான ரகசியம் ஒன்றை நிச்சயமாகச் சுட்டிக்காட்டினாளா? அப்போதும் என் இருதயம் வலியால் சுருங்கிற்று, ஆனால் நான் அதைப் புரிந்துகொள்ள வில்லை, அதுபொறாமை என்றெண்ணவில்லை, ஏனெனில் என்னால் பொறாமைப்பட முடியும் என கருதிக் கொள்ளவில்லை. ஆனால் இப்போது புரிந்து கொள்கிறேன், அதனை மறுதலிக்க முற்படவில்லை, என் வதைகளில் குதூகலப்படுகிறேன் - என்னிடத்தேயான உடலியல் மாற்றத்தி லிருந்து அவை அதியற்புதமாக வேறுபட்டு நிற்கின்றன. உளவியல் ரீதியிலானது, உடலியலின் வெளிப்பாடுதான் என்கிறாள் அன்னா; உடல் தன் நிலைக்கேற்ப ஆன்மாவை வார்த்தெடுக்கிறதா? அன்னாவுக்கு நிறைய தெரியும், அன்னா ஒன்று மறியாதவள் அவளுக்கு ஒன்றும் தெரியாது என்று கூற மாட்டேன். அவள் வருந்தியுள்ளாள், அர்த்தமின்றி காதலித்தாள், அவமானத்துடன் வருந்தினாள், எனவே நிறையத் தெரியும். ஆனால் அந்த ஆன்மாவும் உடலும், இதமான, கண்ணியமான இல்லத் தரசியிடம் சேர்ந்தே மொழி பெயர்க்கப்படுகின்றன - அங்கேதான் அவள் தவறு செய்தாள் ஏனெனில் அதிசயங்களில் அவளுக்கு நம்பிக்கையில்லை; இயற்கையால் ஆன்மாவை அற்புதமாக மலர்விக்க முடியும் என்று அறியாதவள்; தாமதித்தாலும் மிகவும் தாமதித்தாலும் ஆனந்தமான சித்திரவதையில் நான் அனுபவிப்பதுபோல, நேசத்தில், ஆசையில், பொறாமையில் உள்ள மலரை. நரைத்து வயதான கிழவியான சாரா, இன்னும் தனக்கு நிகழ இருப்பதை, கூடாரக்கதவின் பின்னே கேட்டதும், சிரித்து விட்டாள். அவளிடம் கோபம் கொண்ட இறைவன் கூறினார்: அதைக் கண்டுதான் சாரா சிரித்தாளா? - நான் நான் சிரித்திருக்க மாட்டேன். என் ஆன்மா - புலன்களின் அற்புதத்தை நம்புவேன், இயற்கை என்னிடத்தே நிகழ்த்தியுள்ள அற்புதத்தை வணங்குவேன். என் ஆன்மாவிலான இவ்வதைத் தெடுக்கும்

வெட்கப்படும் வசந்தத்தை வணங்குவேன், இத்தாமதித்த கருணையின் ஆசீர்வாதத்தின் முன்னேதான் அவமானமுறுவேன்...”

இவ்வாறு ரோஸலி அன்று மாலையில் தன்னுடன் உரையாடிக் கொண்டிருந்தாள். கடுமையான அமையின்மை நிறைந்த இரவுக்கும் சிலமணிநேர அதிகாலைத் தூக்கத்திற்கும் பிறகு அவள் விழித்தபோது, எழுந்த முதல் சிந்தனை, தன்னைப் பீடித்து, ஆசீர்வதித்துள்ள வேட்கை பற்றித்தான்; தார்மிக அடிப்படையில் அதனை நிராகரிப்பது, மறுதலிப்பது என்பது அவள் தலையில் ஏறவே இல்லை. இனிய வலியில் மலர்ந்திடும் திறன், அவள் ஆன்மாவில் உயர்ந்திருப்பதால்அவள் கடவுளை சித்திரத்திலிருந்து எடுத்து விட்டாள். அவளின் பக்தியெல்லாம் இயற்கையினிடத்தே; தன்னிடத்தே, தனக்கு எதிரானதாக செய்ததுபோல, செய்துள்ளவற்றிற்காக அவள் இயற்கையை பாராட்டினாள், போற்றினாள். ஆன்மாவும் புலன்களும் அவளிடத்தே மலர்ந்திருப்பது இயற்கைக்கு முரணானதுதான்; அது அவளை மகிழச்செய்தாலும் ஊக்கப்படுத்தவில்லை, அது மறைக்கப்படவேண்டிய தாயிருந்தது, அனைத்துலகத்திட மிருந்தும் தன் மகளிடமிருந்து கூட மறைக்கப்பட வேண்டியதா யிருந்தது - குறிப்பாக, அவளின் பிரியத்துக்குரியவனிடமிருந்தும், எதையும் சந்தேகப்படாத, எதையும் சந்தேகிக்க வேண்டியிராத அவனிடமிருந்தும் - ஏனெனில் அவனது இளமை மீது அவள் தன் விழிகளை உயர்த்திட எப்படித் துணிந்தாள?

இவ்வாறு, கீட்டனுடனான உறவு நிலையில் ஒருவித அடங்கிப் போதலும் பணிவும் நிலவிற்று. அது சமூகரீதியில் முற்றிலும் அபத்தமாயிருந்தது; தன் உணர்வில் ரோஸலி கர்வம் கொண்டிருந்தும், எந்தப் பார்வையாளரையும் துரத்தியடிக்க முடியவில்லை - எனவே அன்னாவிடம் மிகவேதனையான தாக்கத்தை ஏற்படுத்திற்று. கடைசியில் எடுவர்டும் இதனைக் கவனித்துவிட்டான்; தொந்தரவு செய்வதான நிசப்தத்தில், கென் ஒருவரிடமிருந்து இன்னொருவரிடம் பார்வையை நகர்த்திய போதெல்லாம், அக்காவும் தம்பியும் தம் தட்டுகளின் மேல் குனிந்து, உதடுகளைச் சுழிப்பர்; இது பற்றி விளக்கமும் திருப்தியும் அடைந்திட, எடுவர்ட் அக்காவை வினவினான்.

"அம்மாவுக்கு என்ன நிகழ்ந்து கொண்டிருக்கிறது? கீட்டனை அவள் விரும்பவில்லையா?... அல்லது அதிகமாக விரும்புகிறாளா?"

"நீ என்ன நினைக்கின்றாய்? உன் வயதில் இது நீ கவலைப்பட வேண்டிய ஒன்றில்லை. கவனமாயிரு, பொருத்தமற்ற அபிப்பிராயங்களைக் கூறாதே! தனது அம்மா, எல்லாப் பெண்களையும் போலவே, தன் ஆரோக்கியத்திற்கும் நலனுக்கும் கேடான, சிரமங்களின் காலகட்டத்தினூடே சென்றாக வேண்டும் என்பதை ஞாபகத்தில் வைக்குமாறு ஆலோசனை தந்தாள்"

"எனக்கு மிகவும் புதிதாய், அறிவுறுத்துதாய் இருக்கிறது" என முரண் நகையுடன் எடுவர்ட் குறிப்பிட்டான்; ஆனால் அக்காவின் விளக்கம் மிகப் பொதுப்படையாயிருக்கவே, அவனால் சரிவர புரிந்து கொள்ள இயலவில்லை. தங்கள் தாய் ஏதோவொன்றால் வருந்துகிறாள் என்று மட்டும் அவனுக்குத் தெரிந்தது; சிறுவனிடம் எதையும் கூற வேண்டாம் என அக்கா கருதினாள். அவன் சிறுவனாய் முட்டாள்தனம் மிகுந்தும் இருந்தாலும் கவர்ச்சிமிக்க தன் பயிற்றுனரை நீக்கிவிடலாம் என முன்மொழிந்தான். அம்மாவிடமும் அவனால் இதைக் கூறமுடியும்.

"அப்படியே செய்" என அன்னா கூறவும், அவன் கூறினான்.

"அம்மா எனது ஆங்கிலப் பாடங்களை நிறுத்தி, அதற்கான செலவை இல்லாமலாக்கலாம் என்றெண்ணுகிறேன். உங்களின் தாராளத்தாலும் திரு. கீட்டனின் உதவியாலும் நல்ல அடித்தளத்தைப் போட்டிருக்கிறேன். நானே படித்து அதனை ஈடுசெய்ய முடியும். எதுவாயினும், ஒருவர் தன் நாட்டிலேயே அந்நியமொழியைக் கற்றுக் கொள்வதில்லை - ஒவ்வொருவரும் அம்மொழிபேசி, முற்றிலும் அதனைச் சார்ந்துள்ள நாட்டுக்கு வெளியில் இருப்பது சாத்தியமில்லை, அமெரிக்காவிலோ இங்கிலாந்திலோ நான் தங்கியதும், இத்தாராளமான பயிற்சியைக் கொண்டு, எஞ்சியதை எளிதாகக் கற்றுக்கொள்ள

முடியும். எனது இறுதித் தேர்வுகள் நெருங்கி வருகின்றன, ஆங்கிலத்திற்கு தேர்வில்லை. மாறாக செவ்வியல் மொழிகளை நான் புறக்கணித்து விடாமல், குவிமையம் கொள்ள வேண்டும். எனவே, கீட்டன் எடுத்துக் கொண்ட சிரமத்திற்கும் நட்பார்ந்த முறையில் தன் சேவையைத் தந்ததற்கும் நன்றி கூறிடும் வேளை வந்ததுள்ளது என நங்கள் கருதவில்லையா?"

ரோஸலி சட்டென்றும் ஒருவித அவசரத்துடனும் பதிலளித்தாள்: "ஆனால் எடுவர்ட், நீ சொல்வது எனக்கு வியப்பூட்டுகிறது. இதனை நான் ஒத்துக் கொள்ளவில்லை. நிச்சயமாக, இதன் பொருட்டு மேலும் செலவு செய்ய வேண்டாம் என நீ விரும்புவது உன் நல்லதன்மையை காட்டுகிறது. ஆனால் நோக்கம் நல்லது, உன் எதிர்காலத்திற்கு முக்கியமானது; மேலும் உனது மொழிப்பாடச் செலவுகளுக்கும் அன்னாவின் நுண்கலைப் படிப்புச் செலவுகளுக்கும் ஈடுதர முடியாத நிலையில் நம் நிலவரம் இல்லை என்பதை அறிவாய். ஆங்கிலத்தில் தேர்ச்சி கொள்வதை ஏன் அரைபாதியிலேயே நிறுத்த வேண்டும் என விரும்புகிறாய் என்பதை என்னால் புரிந்து கொள்ள முடியவில்லை. உன் முன்மொழிவை ஏற்று இதுவரை நான் செலவழித்து வந்தது பயனின்றிப் போகும் என்பதைக் குறிப்பிட்டாக வேண்டும் - தயவு செய்து தவறாக எடுத்துக் கொள்ளாதே. உனது இறுதித் தேர்வுகள் விஷயம் கடுமையானதுதான், உன் செவ்வியல் மொழிகள் ஓரங்கட்டப்பட்டு விடும்என்பதைப் புரிந்து கொள்கிறேன். ஆனால் வாரத்தில் சில அமர்வுகள் நடக்கும் உனது ஆங்கிலப் பாடங்கள், கூடுதல் சிரமம் என்பதை விடவும் ஆரோக்கியமான பொழுது போக்குதானே. இதில் உள்ள தனிப்பட்ட மனித அம்சத்திற்கு வருவோம் - கென்னுக்கும் நம் குடும்பத்திற்கும் இடையிலான உறவு நிலை. 'நீ இனித் தேவையில்லை' என்று கூறி, கிளம்பிச் செல்லுமாறு சொல்லிட முடியாது. 'நீ விலகிக் கொள்ளலாம்' என வெறுமனே அறிவித்திட இயலாது. அவனொரு நண்பனாக, அநேகமாக குடும்ப உறுப்பினனாக மாறியுள்ளான். அப்படி வெளியேற்றப் படுகையில் நிச்சயம் புண்படுவான். அவன் இல்லாது இருப்பதை எண்ணிப் பார்க்க

வேண்டும் - அவன் வராது போய், டுஸ்ஸல்டார்ஃபின் வரலாறு பற்றிப் பேசி கலகலப்பாக்காது போனால், ஜூலிச் - கிளெவெஸ் சீமாட்டிகளுக்கிடையில் வாசுரிமை சார்ந்த சிக்கல் குறித்து பேசுவது நின்று விட்டால், சந்தையில் பீடத்தின் மேல் நிற்கும் ஜான் வில்லியம் பற்றி பேசப்படாவிட்டால் அன்னாவுக்கு எப்படி இருக்கும். நீயும் ஏங்குவாய், நானும் தான். எடுவர்ட், சுருக்கமாகச் சொல்வதாயின், உன் முன்மொழிதல் நல்ல நோக்கமுடையதே, ஆனால் அது தேவையுமில்லை, சாத்தியமுமில்லை. விஷயங்கள் அப்படியே இருக்குமாறு விட்டு விடுவோம்.''

''நீங்கள் என்ன நினைக்கின்றீர்களோ அதுவே மேலானது'' என்று அம்மாவிடம் தெரிவித்த எடுவர்ட், அக்காவிடம் சென்று தன் தோல்வியைத் தெரிவிக்க, அவளது பதில் :

''நிறைய எதிர்பார்த்தேன், தம்பி, நிலவரத்தை சரியாகவே விவரித்துள்ளார் அம்மா; உன் திட்டத்தை முதலில் நீ என்னிடம் தெரிவித்தபோது இதே ஆட்சேபணைகள் எனக்கு எழுந்தன. கீட்டன் இனிய தோழன், அவன் இல்லாது போனால் வருந்துவோம் என்பது சரிதான். எனவே அவன் நீடிக்கட்டும்.''

அவள் இதைச் சொன்னபோது எடுவர்ட் அவளது உணர்வுபாவமற்ற முகத்தை உற்று நோக்கிக் கொண்டிருந்தான்; தன் தோள்களைக் குலுக்கியதும் கிளம்பினான். அவனுக்காக அறையில் காத்திருந்த கீட்டன், அவனிடம் எமர்ஸன் (அ) மெக்காலேயின் சில பக்கங்களையும் பின்னர் அமெரிக்க மர்மக் கதையினையும் வாசித்துக காட்டினான் அது அவர்களுக்கு அரை மணிநேரம் பேசுபொருளாய் இருந்தது; நீண்ட நாட்கள் அழைக்கப்படாதிருந்த இரவுச் சாப்பாட்டிற்காகத் தங்கியிருந்தான் பாடங்கள் முடிந்ததும் அவன் தங்குவது ஒருநிலையான ஏற்பாடாகியிருந்தது; வீட்டைப் பராமரித்து வரும் பாபெட்டுடன் ஆலோசித்து தனிச்சிறப்பான உணவை தயாரிக்கும்படி ரோஸலி கூறியிருந்தாள். உணவு முடிந்ததும் அவர்கள் ஒரு மணிநேரம் வரவேற்பறையில் பேசிக் கொண்டிருக்க முடியும். அப்போதுதான் பகுத்தறிவுக் கொவ்வாததன் காதலுக்கு உரியவனை அவள் சரிவரப் பார்க்க

முடியும். ஆனால் ஒயின் பெரிதும் அவளை சோர்வடையச் செய்துவிடும்; அப்புறம் அவள் அவன் பார்வையில் பட்டு வருந்துவதா (அ) தனிமையில் ஒதுங்கி அழுவதா என்பது அவள் எதிர்கொள்ள வேண்டிய சண்டையாகி இருந்தது.

சமூக உறவாடல் பருவத்தின் ஆரம்பத்தினை அக்டோபர் கொண்டு வந்திருந்தது, அவளும் கீட்டணை வீடு தவிர வேறிடங்களிலும் பார்த்தாள் - பெம்ப்பெல்ஃபோர்ட்டர் ஸ்ட்ராஸ்ஸின் ஃபிங்கெஸ்டன்கள் இல்லத்தில், லூட்ஸென்கிர்சென்ஸ்கள் இல்லத்தில், தலைமைப் பொறியாளர் ரோல்வாகென்ஸ் இல்லத்தின் பெரிய வரவேற்பறையில் என. இச்சந்தர்ப்பங்களில் அவனை நாடிச் சென்று ஒதுக்கினாள், அவனிருக்கும் கூட்டத்திலிருந்து தப்பியோடினாள், இன்னொரு கூட்டத்தில் அவனுக்காகக் காத்திருந்தாள், யந்திரகதியில் பேசினாள்.

அவன் வந்து தன்னைக் கவனிக்க வேடும் என்பதன் பொருட்டு, அவன் இருக்குமிடத்தை எந்தத் தருணத்திலும் தெரிந்து கொண்டாள், குரல்களின் இரைச்சலிடையே அவன் குரலைக் கவனித்தாள்; அவனுக்கும் லூாயி ஃபிங்ஸ்டெனுக்குமிடையே (அ) அமெலிக்குமிடையே ரகசிய உறவு நிலவியதை அறிந்து கடுமையாக துயரப்பட்டாள். நேர்த்தியான உடலமைப்பு, முழுமையான இயற்கைத்தன்மை, நட்பார்ந்த எளிமை தவிர்த்து வேறொன்றுமற்ற அவன், இவ்வட்டாரத்தில் விரும்பப்பட்டான், நாடப்பட்டான், அயலான ஒவ்வொன்றின் மீதான ஜெர்மானிய பலவீனத்தினால் திருப்திகரமாக ஆதாயமடைந்தான், அவனது ஜெர்மானிய உச்சரிப்பும், அதைப் பேசுகையில் குழந்தைத்தனமாக தொடர்களைப் பயன்படுத்துவது என்பன பெரிதும் விரும்பப்பட்டன. அத்துடன் அவனுடன் ஆங்கிலம் பேசுவது அவர்களுக்கு மகிழ்ச்சி அளித்தது. அவன் விரும்பியபடி உடுத்திக் கொள்ளலாம். மாலைநேர உடைகள் அவனிடமில்லை; இரவுச் சாப்பாட்டுக்கான மேல்சட்டை கட்டாயமில்லை, திரையரங்கில் (அ) மாலை விருந்தில், பெரும்பாலான கனவான்கள் மாலை நேர உடையணிந்துள்ள சந்தர்ப்பங்களில் கூட, கட்டாயமின்றி இருந்தது. தனது தொள தொளத்த வகையிலான சாதாரண

உடைகளில், பழுப்பு ட்ரவுசர்கள் - பழுப்பு ஷூக்கள், சாம்பல் நிற கம்பளிச் சட்டையில் கீட்டன் வரவேற்கப்பட்டான்.

இவ்வாறு அவன் வரவேற்பறைகளில் சம்பிரதாயமின்றி புழங்கினான், ஆங்கிலப்பாடங்கள் எடுத்து வந்த சீமாட்டிகளுக்கு இசைவானவாக இருந்தான்; முதல் மேசையில் தன் கறித்துண்டை வெட்டி, கத்தியை தன் தட்டின் விளிம்போரம் வைத்து, வலது கரத்தால் பன்றிக் கறியை எடுத்து உண்டான். இருபுறமும் இருந்த சீமாட்டிகளும் எதிரேயிருந்த கனவான்களும் இதனை பெரும் ஆர்வத்துடன் கவனித்ததால், இச்சம்பிரதாயத்தில் ஒட்டிக் கொண்டான்.

கூட்டத்திலோ தனித்தோ, ரோஸலியுடன் அரட்டை அடிப்பது அவனுக்குப் பிடித்திருந்தது - அது தனக்கு வருவாய் தரும் ஆதாரங்களுள் ஒன்று என்பதால் மட்டுமின்றி, கவர்ச்சியினாலும் தான். அவளது மகளின் உணர்வு பாவமற்ற புத்திசாலித்தனமும் அறிவார்த்த பாவனைகளும் அவனிடத்தே அச்சத்தை எழுப்ப, அவளது இருதய பூர்வமான பெண்மை அவனை அனுதாபத்துடன் ஈர்த்தது; அவளது உணர்வோட்டங்களைச் சரிவர அறிந்து கொள்ளாமலேயே, (அப்படித் தோன்றவில்லை அவனுக்கு) அவளிடமிருந்து தன்னிடம் பிரகாசித்த கதகதப்பில் திளைத்தான்; அது தொடர்பான பதற்றம், ஒடுக்குமுறை, குழப்பம் பற்றி கவலைப்படவில்லை; அவற்றை அய்ரோப்பிய நடுக்கத்தின் வெளிப்பாடுகளாக அவன் எடுத்துக் கொண்டதால், உயர்வாக மதிக்கப்பட்டான். அத்துடன் அவளது துயரத்தினிடையே, இச்சந்தர்ப்பத்திலான அவளின் தோற்றம், முனைப்புமிக்கதொரு புது மலர்ச்சியை, புத்துயிர்ப்பை பெற்றது; அதன்பொருட்டு பல பாராட்டுகளைப் பெற்றாள். அவளின் உருவம் எப்போதும் இளமையைப் பாதுகாத்திருந்தது; ஆனால் இப்போது அதில் குறிப்பிடத்தக்கதாய் இருந்தது, அவளின் அழகிய பழுப்புக்கண்களின், ஒளி - அதில் ஏதேனும் ஜுரவேகம் இருந்தால், அவளின் வசீகரத்தை அதிகரிக்கவே செய்தது; தீவிரம் கொண்ட நிறம், அவ்வப்போதான வெளிர் நிறத்திற்குத் திரும்பி விடும், உரையாடலின் போது அவளது முகத்திற்கே உரிய துடிப்பு, உற்சாகமாகிட, எந்தவொரு

அனிச்சை வெளிப்பாட்டையும் சிரிப்பின் மூலம் சரி செய்யுமாறு அவளுக்கு வலிமைதந்துவிடும். இச்சந்திப்புகளின் போது தவறாது இடம் பெறுவது உரத்த நகைச்சுவை - ஒயின் அருந்துவதிலும் நகைச்சுவையிலும் அனைவரும் பங்கேற்றனர்; ரோஸலியின் முகபாவத்தில் விநோதமாய்த் தோன்றியது, ஓய்வு கொள்வதான சூழலில் அமிழ்ந்து போனது -அதில் எதுவும் அவ்வளவாக வியப்பூட்டவில்லை. ஆனால் ஒரு முறை கென் இருக்கையில் ஒருத்தி குறிப்பிட்டதற்கு அவள் எவ்வளவு மகிழ்ந்தாள்:

“அன்பே, நீ ஆச்சரியப்பட வைக்கிறாய்! இந்த மாலையில் எவ்வளவு வசீகரிக்கின்றாய்! இருபது வயது யுவதி யரை யெல்லாம் இல்லாது செய்து விடுவாய். எத்தகைய இளமையின் நீருற்றை கண்டறிந்துள்ளாய்? என்று கொஞ்சம் சொல்லேன்.” அவளால் நேசிக்கப்படுபவன் அதனை ஆதரித்தான் : “நீங்கள் சொல்வது சரி! ரோஸலி இன்று கச்சிதமாக ஆனந்தமாயிருக்கிறார்.” அவள் சிரித்தாள், அவளின் மிகுந்த நாணம், புகழ்ச்சி காரணமான சந்தோஷத்தில் வெளிப்பட்டது என்று கூற முடியும். அவனிடமிருந்து தன் பார்வையை அவள் விலக்கினாலும், அவனின் கைகளை நினைத்துக் கொண்டாள், மீண்டும் அதே விசாலமான சந்தோஷம் அவளை நனைத்தது, உள்ளார்ந்த அகத்தை வெள்ளத்தில் மூழ்கடித்தது இப்போதெல்லாம் இது அடிக்கடி நிகழ்ந்து வந்திருந்தது; மற்ற பெண்கள் அவளை இளமையாகக் கண்ணுற்றதும், அவளை வசீகரமிக்கவளாகக் கண்டதும், இதனை நிச்சயம் உணர்ந்திருக்க வேண்டும் என்றெண்ணினாள்.

இப்படியான ஒரு மாலைச் சந்திப்பில், கூட்டம் கலைந்த பிறகு, தன் இருதயத்தின் ரகசியத்தைப் பாதுகாத்திடும் உறுதிப் பாட்டில், கள்ளத்தனமானதும் வேதனையளிப்பதும் ஆனால் வசீகரிக்கும் உளவியல் அற்புதத்தை தன்னிடத்தே வைத்துக் கொள்வதில், அன்னாவுக்குக் கூடத் தெரியாமல் வைத்துக் கொள்வதில் தோற்றுப் போனாள். தொடர்புறுத்தலுக்கான தடுக்க முடியாத தேவை, தன்னிடம் அவள் தந்திருந்த வாக்குறுதியை மீறி, தன் புத்திசாலி மகளிடம் சொல்ல வைத்தது -

புரிந்து கொள்ளும் அனுதாபத்திற்கான ஏக்கத்தால் மட்டுமின்றி, இயற்கை தன்னிடத்தே கடந்து போகுமாறு கொண்டு வந்தது குறிப்பிடத்தக்க மானுட நிகழ்வாகப் புரிந்து கொள்ளப்பட வேண்டும், மதிக்கப்பட வேண்டும் என்ற ஆசையாலும்.

பனி வீழ்ந்து கொண்டிருந்தது; இரு சீமாட்டியரும் நள்ளிரவில் வாடகைக்காரில் வீடு திரும்பினர். ரோஸலி நடுங்கினாள். "இன்னொரு அரைமணிநேரம் இதமான உன் படுக்கையறையில் இருந்து கொள்கிறேன், செல்லம். உறைந்து கொண்டிருக்கிறேன். என் தலை நெருப்பாய் சுடுகிறது, சிறிது நேரம் தூக்கம் என்ற பேச்சுக்கே இடமில்லை. நமக்கு நீ தேநிர் போட்டால் நன்றாக இருக்கும் ரோல்வாகென்ஸ் தந்த காக்டெய்ல் கடுமையானது. ரோல் வாகென்ஸே இதனைக் கலந்து தருகிறார், ஆனால் அவருக்கு இதில் தேர்ச்சி போதாது, மோஸெல்லேயில் கணிசமாக ஆரஞ்சு சாற்றினைச் சேர்த்து அப்புறம் வீட்டிலுள்ள சாம்பெய்னைக் கலக்குகிறார். நாளைக்கு நமக்கு அதிக தலைவலியாயிருக்கும். உனக்கு இருக்காது, நீ அதிகம் அருந்துவதில்லை. ஆனால் என்னை நான் மறந்து விடுகிறேன், அரட்டை அடித்துக் கொண்டிருக்கையில், காலியான எனது கிளாஸ் நிரப்பப்பட்டுவிட, அதுதான் முதல் தடவை என குடித்து விடுவேன். நமக்குத் தேநீர் போடு, அதுதான் சரியாயிருக்கும். தூண்டுதலளிக்கும் தேநீர், அதே வேளையில் இதமளிக்கும்; சரியான தருணத்தில் எடுத்துக் கொள்ளும் ஒரு குவளைத் தேநீர் ஜலதோஷத்தை விரட்டிவிடும். ரோல்வாரகன்ஸ் இல்ல அறைகள் மிக வெப்பமானவை; அதுபோதாதென்று வெளியே மோசமான தட்பவெப்பம். ஏற்கனவே வசந்தம் வந்துவிட்டதா? இன்று மதியம் பூங்காவிலிருந்தபோது வசந்தத்தை நுகர்ந்ததாகக் கருதினேன். ஆனால் குறுகிய பகல்பொழுது முடிந்து மீண்டும் வெளிச்சம் அதிகரிக்கையில் உனது முட்டாள்தனமான அம்மா அதனை உணர்கிறேன். மின்சார வெப்பசாதனைத்தை முடுக்கி விடுவது நல்லது; இப்போது அதிக வெப்பம் இங்கு எஞ்சி இருக்காது. நாம் தூங்கச் செல்லுமுன் சிறிது நேரம் பேசிக் கொண்டிருக்க

ஏதுவான சூழலை எப்படி உருவாக்குவது என்பதை அறிவாய். நீண்ட நாட்களாக உன்னிடம் பேச விரும்பியிருக்கிறேன், அன்னா - நீ ஒரு போதும் மறுதலித்ததில்லை அச்சந்தர்ப்பத்தை. ஆனால் சில விஷயங்களை வெளியிட, விவாதிக்க, நெருக்கமானதொரு சூழல், சாதகமான வேளை வேண்டும், அது நாவினைத் தளர்வாக்கும்...”

“என்னவிதமான விஷயங்கள் அம்மா? என்னிடம் கிரீம் இல்லை. சற்று எலுமிச்சை எடுத்துக் கொள்கிறீர்களா?”

“இருதயத்தின் விஷயங்களை, இயற்கையின் விஷயங்களை, ஆச்சரியகரமான மர்மமான சர்வவல்லமையான இயற்கையை; சமயங்களில் அது நம்மிடத்தே விசித்திர மானவற்றை, முரண்பட்டவற்றை, புரியாதவற்றை நிகழ்த்தும் உனக்கும் தெரியும். என் பிரியத்திற்குரிய அன்னா, சமீபகாலமாக ப்ரூன்னருடனான உன் காதல் விவகாரத்தைப் பற்றி நிறையவே யோசித்துக் கொண்டிருக்கிறேன் - அதனைக் குறிப்பிடுவதற்கு என்னை மன்னித்து விடு - நீ அடைந்த வேதனையை; கடுமையான சுயநிந்தனையாக, அதனை நீ அவமானம் என்றே குறிப்பிட்டாய்; ஏனெனில் உனது பகுத்தறிவு, உனது மதிப்பீடு, வெட்ககரமான முரணில், உன் இதயத்துடன் (அ) புலன்களுடன் ஈடுபட்டிருந்தது.”

“அவ்வார்த்தையை நீங்கள் மாற்றியது சரியே; ‘இருதயம்’ என்பது நெகிழவைக்கும் முட்டாள்தனம். முற்றிலும் வேறான ஒன்றினை ‘இருதயம்’ என்பது ஒத்துக்கொள்ள இயலாதது. நமது பகுத்தறிவு, மதிப்பீட்டின் இசைவுடன் தான் நம் இருதயம் உண்மையாகப் பேசும்.”

“அப்படி சரியாகச் சொல்லலாம் எப்போதும் நீ ஒருமைப்பாட்டின் பக்கம் நிற்கிறாய்; இயற்கை தன்னளவிலேயே ஆன்மாவுக்கும் உடலுக்குமிடையே ஒத்திசைவை ஏற்படுத்துகிறது. ஆனால் நீ அப்போது ஒத்திசைவற்ற நிலையில் இருந்தால் - உனது விருப்பங்களுக்கும் மதிப்பிட்டுக்கும் இடையே. உன்னால் மறுக்க முடியாது. அப்போது நீ மிகவும் இளையவள், இயற்கையின் கண்களில் அவமானம் கொள்ள

உன் ஆசைக்கு காரணமில்லை; உன் மதிப்பீட்டின் கண்களில்தான், வெட்ககரமானதாயிருந்தது. அது உன் மதிப்பீட்டுப் பரிசோதனையில் தேறவில்லை; உனது அவமானமும் துயரமும் அதுவே. ஏனெனில் அன்னா நீ கர்வமிக்கவள், மிகக் கர்வமுள்ளவள்; தனித்திருப்பதில் ஒரு பெருமிதம் இருக்க வேண்டும்; எந்தவொரு சோதனையிலும் தேறவேண்டும், எதற்கும் மதிப்பீடு, பகுத்தறிவு மற்றும் இயற்கைக்கும் பொறுப்புணர்வு கொண்டிருக்க வேண்டும் - அதனை நீ ஒத்துக் கொள்ள மாட்டாய், அதில் நாம் மாறுபடுகிறோம். என்னைப் பொறுத்தவரை இருதயம் மிக உயரியது; அதில் இயற்கை உத்வேகமளிக்கும் உணர்வுகளாக அது மாறாவிட்டால், இருதயத்திற்கும் தனக்குமிடையே முரண்பாட்டை உருவாக்குவதாகத் தோன்றும் நிச்சயமாக அது வேதனையானது வெட்ககரமானது ஆனால் அந்த அவமானம் ஒருவரின் தகுதியின்மைக்கு மட்டுமே, அடிமட்டத்தில், இயற்கையின் முன்பும் வாழ்வின் முன்பும், வாழ்வு முடிந்துபோன ஒருவரிடத்தே இனிய திகைப்பையும் வணங்குதலையும் ஏற்படுத்தி விடுவதில் அகமகிழ்வு கொள்கிறது."

"பிரியமான அம்மா, என் கர்வத்திற்கும் பகுத்தறிவுக்கும் நீங்கள் தரும் கண்ணியத்தை மறுதலிக்கிறேன். அப்போது கருணையுள்ள விதி குறுக்கிடாது இருந்தால், என் இருதயம் என நீங்கள் கவிதாபூர்வமாகக் குறிப்பிடும் இருதயத்திடம் அவை பரிதாபகரமாக சரணடைந்திருக்கும்; என் இருதயம் என்னை எங்கே இட்டுச் சென்றிருக்கும் என்று நான் சிந்திக்கையில், அதன் ஆசைகளைப் பின்தொடராததற்காக கடவுளிடம் நன்றி பாராட்டுகிறேன். கல்வெறியத் துணிவதில் நான் கடைசியில் நிற்பவள். எனினும் என்னைப் பற்றி நாம் பேசிக் கொண்டிருக்கவில்லை, உங்களைப் பற்றியே; என்னிடம் ரகசியத்தைக் கூறிட, எனக்களித்த கண்ணியத்தை மறுதலிக்கமாட்டேன். நீங்கள் விரும்புவது அது, இல்லையா? எல்லாம் இருண்டிருக்கிறது என இத்தகு பொதுமைகளில் பேசியிருப்பது நீங்களே என்பதைத் தான் நீங்கள் கூறுவது சுட்டிக்காட்டுகிறது. அவற்றை எப்படி உங்களிடம் குறிப்பிடுவது,

அவற்றை நான் எப்படிப் புரிந்து கொள்வது என்பதை தயவு செய்து எடுத்துக் காட்டுங்கள்!"

"தனது அம்மா தன் முதுமையில், ஆற்றல் நிறைந்த சரியாக இளமைக்கு மட்டுமே உரித்தான வேட்கையால் பீடிக்கப்படுகையில், வாடி உதிர்ந்த பெண்மையில் அல்லாமல் - என்ன சொல்வாய், அன்னா?"

"நிபந்தனை எதற்கு அம்மா? நீங்கள் விவரிக்கும் நிலையில் நீங்கள் இருப்பது வெளிப்படை. காதல் வயப்பட்டிருக்கிறீர்களா?"

"என் இனிய குழந்தையே, அதனை நீ சொல்லும்விதம்! எவ்வளவு சுதந்திரமாக தீரமாக வெளிப்படையாக அவ் வார்த்தைகளை நீ உச்சரிக்கிறாய், அவை என் உதடுகளுக்கு எளிதாக வருவதில்லை, நீண்ட நாட்களாக என்னிடத்தே அவற்றைப் பூட்டி வைத்திருக்கிறேன், அவை உணர்த்திடும் வெட்ககரமான ஆனந்தத்துடனும் துயருடனும் சேர்த்து வைத்திருக்கிறேன் - ஒவ்வொருவரிடமிருந்தும், உன்னிடமிருந்தும் ரகசியமாய் வைத்திருக்கிறேன் உன் கனவிலிருநது திடுக்கிட்டு எழுவது போன்றது அது - உன் தாயின் இல்லத்தரசி கண்ணியத்தில் உள்ள உன் நம்பிக்கையின் கனவிலிருந்து! ஆம், காதல் வயப்பட்டிருக்கிறேன், உன் இளமையில் ஒருமுறை நீ குறிப்பிட்டுள்ளது போல, வேட்கையுடனும் ஆசையுடனும், ஆனந்தத்துடனும் சித்திரவதையுடனும். என் உணர்வு உன்னுடையது போல, அறிவின் சோதனையில் தேறாது, நான் பெருமிதம் கொள்ளும் வசந்தத்துடன் சேர்ந்து, இயற்கை என் ஆன்மாவை மலரச் செய்திருக்குமானால், அதிசயமான வகையில் என்னிடத்தே ஆசீர்வதித்துள்ளது, நீ ஒருமுறை துயரப்பட்டுள்ளது போல, துயரப்படுகிறேன் மற்றும் அதனை உன்னிடம் கூறிட, தடுக்க முடியாதபடி உந்தப்பட்டுள்ளேன்."

"பிரியமான அம்மா! அப்படியானால் சொல்லுங்கள்! பேசுவது சிரமமாயிருக்கையில், கேள்விகள் துணை நிற்கும். யாரது?"

“அது உன்னை நொறுக்கிவிடும் ஆச்சரியமாக இருப்பது தவிர்த்து வேறு வழியில்லை. இவ்வில்லத்தின் இளம் நண்பன். உன் தம்பியின் பயிற்றநர்.”

“கென் கீட்டனா?”

“ஆமாம்.”

“கென் கீட்டன். சரி அம்மா, நீங்கள் பயப்படத் தேவையில்லை; பெரும்பாலோர் புரிந்து கொள்ள முடியவில்லை! என்பது போல் ஆரம்பிக்கமாட்டேன். தான் கொண்டுள்ளதை கற்பிதம் செய்ய முடியாவிட்டால், ஓர் உணர்வைப் புரிந்து கொள்ள முடியாதது என்பது லகுவானது மற்றும் முட்டாள் தனமானது. இருப்பினும், உங்களைப் புண்படுத்துவதைப் பெரிதும் தவிர்க்க விரும்புகிறேன் - கேள்வி கேட்பதற்கான என் அக்கறையுள்ள அனுதாபத்தை மன்னியுங்கள். உங்கள் வயதுக்கு பொருத்தமற்ற உணர்வு பற்றி பேசுகிறீர்கள். உங்கள் தகுதிக்கு ஏற்காத உணர்வைக் கொண்டிருப்பது பற்றி வருந்துகிறீர்கள். உங்கள் உணர்வுகளுக்குத் தகுதியானவன்தானா அவன் என எப்போதேனும் உங்களைக் கேட்டுக் கொண்டீர்களா?”

“அவன் - தகுதியானவனா? நீ என்ன கூறுகிறாய் என்பதைப் புரிந்து கொள்ள முடியவில்லை. அன்னா, நான் காதலிக்கிறேன். நான் கண்டுள்ள இளைஞரில் கென் அதிக மாட்சிமை மிக்கவன்.”

“எனவேதான் அவனை நீங்கள் காதலிக்கின்றீர்கள். காரண காரிய விளைவுகளின் இடங்களை மாற்றிப்போட்டு, அதன் மூலம் அவற்றைச் சரியான இடங்களில் நிறுத்துவோமா? நீங்கள் அவனைக் காதலிப்பதால் அவன் மாட்சிமை மிக்கவனாக இருக்கக்கூடும் இல்லையா?”

“பிரிக்க முடியாததை பிரிக்கின்றாய், செல்லமே. என் இருதயத்தில் என் காதலும் அவன் மாட்சிமையும் ஒன்றே”

“ஆனால் மிகவும் அன்பான அம்மா, நீங்கள் வருந்துகிறீர்கள், உங்களுக்கு நான் உதவ முடிந்தால் எல்லையற்ற மகிழ்ச்சி. உங்களால் ஒருகணம் முயன்றுபார்க்க இயலாதா உங்களுக்கு

நன்மையளிக்கக் கூடியதை - உங்கள் காதலின் உருமாறுதலளிக்கும் வெளிச்சத்தில் அல்லாமல், பகல் - வெளிச்சத்தில், அவனது யதார்த்தத்தில் பார்க்க முடியுமா என; இனிமையானவன், கவர்ச்சியானவன் - ஒத்துக்கொள்கிறேன் - ஆனால் தனக்கென்றே இருப்பவன், வேட்கையையும் துயரத்தையும் தூண்டிவிட ஏதுமில்லாதவன்?"

"நல்ல அர்த்தத்திலேயே கூறுகிறாய் அன்னா, புரிந்து கொள்கிறேன். எனக்கு உதவ விரும்புவாய், நிச்சயமாக, ஆனால் அவனுக்கு அநீதி இழைத்து இதனை நிறைவேற்றிட இயலாது. பொய்யான, தவறாக இட்டுச் செல்லும் உனது 'பகல் வெளிச்ச'த்தால் நீ அவனுக்கு அநீதி இழைக்கிறாய். அவன் இனியவன், கவர்ச்சிகரமானவன் கூட என்கிறாய், அதன் மூலம் அவன், வழக்கத்திற்கு மாறான ஏதுமின்றி சாதாரண மனிதன் என்கிறாய். ஆனால் ஒருவரது இருதயத்தைத் தொட்டு விடும் வாழ்ககை கொண்ட, விதிவிலக்கான மனிதன் அவன் என்கிறேன். அவனது எளிய பின்புலத்தை எண்ணிப்பார் - இருமபுப் பற்றுறுதி மூலம் எப்படி அவன் கல்லூரியில் படித்து, வரலாறு, தடகளவியல்களில் சக மாணவர்களை வென்று வந்திருக்கிறான்; அப்புறம் நாட்டின் அழைப்பை ஏற்று சிறந்த போர் வீரனாகத் திகழ்ந்து, கடைசியில் கௌரவமாக விடுவிக்கப்பட்டிருக்கிறான்."

"பொறுத்துக் கொள்ளுங்கள், அம்மா, இழுக்கு ஏற்படுத்தும் எதனையும் செய்துவிடாமல் ஒவ்வொருவருக்கும் உரித்தான நடைமுறைதானே அது..."

"ஒவ்வொருவருக்கும். அவனது சராசரித்தன்மையையே பல்லவி பாடிக்கொண்டிருக்கிறாய். அதன் மூலம், நேரிடையாக இல்லாது மறைமுகமாகவேனும், எளிய மனமுள்ள, கபடமற்ற இளைஞன் என உணர்த்துகிறாய். கபடமற்றதன்மை உன்னத மிக்கதாக, வெற்றிகரமானதாக இருக்க முடியும் என்பதை மறந்து விடுகிறாய்; அவனது கபடமற்ற தன்மையின் பின்புலம், அவனது மாபெரும் தேசத்தின் உயரிய ஜனநாயக உணர்வாகும்."

“அவன் தன் நாட்டினைக் கிஞ்சித்தும் விரும்பவில்லை”

“அதன் காரணமாகவே அவன் அதன் உண்மையான மைந்தன்; வரலாற்றுப் பார்வைகளுக்காகவும் அதன் பழமையான வழக்காறுகளுக்காகவும் அய்ரோப்பாவை நேசிக்கிறான் எனில், அதுவும் அவனுக்கு கண்ணியம் சேர்க்கிறது, பெரும்பாலானவர்களிடமிருந்து அவனைத் தனித்து நிற்கச் செய்கிறது. தன் நாட்டிற்காக ரத்தம் சிந்தியிருக்கிறான். ஒவ்வொரு படைவீரரும் கௌரவத்துடன் விடுவிக்கப் படுகின்றனர். என்றாய். ஆனால் ஒவ்வொருவரும் தீரச்செயலுக்காக பதக்கம் தரப்படுகின்றனரா - எதிரியிடம் அவன் காட்டிய நாயகத்தன்மையால் காயம் பட்டதை, கடுமையானதாக இருக்கக்கூடியதை எடுத்துக் காட்டிட?”

“அன்பான அம்மா, போரில் ஒருவன் காயம் படுவான், இன்னொருவன் காயம்படுவதில்லை, ஒருவன் வீழ்வான் இன்னொருவன் தப்பிவிடுவான் - அவன் தீரனோ இல்லையோ அது ஒரு பொருட்டில்லை. ஒருவன் தன் காலை இழந்து விட்டால் (அ) சிறுநீரகம் ஒன்று நொறுங்கிவிட்டால், பதக்கம் என்பது சலுகை, அவனது துயரத்திற்கான சிறிய இழப்பீடு, ஆனால் பொதுவாக, எந்தவொரு தீரச்செயலையும் அது சுட்டிக் காட்டுவதில்லை.”

“எதுவாயினும் சரி, தன் தந்தையர் நாட்டிற்காக சிறுநீரகங்களில் ஒன்றைத் தியாகம் செய்துள்ளான்!”

“ஆமாம், அவனுக்கு அந்தத் துயரம் நிகழ்ந்தது விண்ணகத்திற்கு நன்றி, ஒரு சிறுநீரகத்துடனே வாழ்ந்திட முடியும். ஆனால் அது ஒரு இழப்புதான், குறைதான், அதனைப் பற்றி எண்ணுவது அவனது மாட்சிமையிலிருந்து கவனத்தை விலக்கவே செய்யும். பொதுவான பகல் வெளிச்சத்திலிருந்து பார்க்கப்பட வேண்டிய அவன், அவ்வெளிச்சத்தில் உயர்ந்து நிற்கவில்லை; அவனிடம் நல்ல - (அ) இயல்பான- தோற்றம் இருப்பினும், முழுமையானவனில்லை - ஊனமுற்றவன் என்ற விதத்தில் முழுமையாக இல்லாது போனவன்”

"நல்ல தெய்வமே - கென் முழுமையில்லாது போனவன், கென் முழு மனிதனில்லை! மாட்சிமையின் புள்ளிவரையும் அவன் முழுமையானவன், ஒரு சிறுநீரகக் குறைவு குறித்து நகைக்கக் கூடியவன் - தன் அபிப்பிராயத்தில் மட்டுமின்றி, ஒவ்வொரு வருடைய அபிப்பிராயத்திலும் - அதாவது, அவனைப் பின்தொடரும் அனைத்துப் பெண்களின் அபிப்பிராயத்திலும் - அவர்களின் தோழமையில் அவன் ஆனந்தமடைபவன்! என் பிரியத்திற்குரிய நல்ல புத்திசாலி அன்னா, எல்லாவற்றிற்கும் மேலாக, ஏன் இவ்வுரையாடலைத் தொடங்கினேன் என்பதை உன்னிடம் ஒப்புவித்தது ஏன் என உனக்குத் தெரியாதா? ஏனெனில் உன்னிடம் கேட்க விரும்பினேன் உனது நேர்மையான அபிப்பிராயம் வேண்டும் - உன் பார்வையில், அவன் லூயி ஃபிங்கெஸ்டுடன் (அ) அமெலியிடம் (அ) இருவரிடத்தேயும் தொடர்பு கொண்டுள்ளான் என நீ நம்பினால் - அதற்கு அவன் முற்றிலும் போதுமானவன்! இதுதான் என்னைமிக வேதனைப்படுத்தும் சந்தேகத்தில் என்னை ஊசலாட வைக்கிறது; உன்னிடமிருந்து உண்மையைப் பெறமுடியும் என நம்புகிறேன், ஏனெனில் உன்னால் விஷயங்களைத் தெளிவாகப் பார்க்க முடியும், சொல்லப் போனால் பகல் வெளிச்சத்திலேயே..."

"அன்பான அம்மா, எப்படி உங்களை வதைத்துக் கொள்கிறீர்கள், எப்படி வருந்துகிறீர்கள்! இது என்னை மிகவும் சந்தோஷமற்றவளாக ஆக்குகிறது. ஆனால், உங்களுக்குப் பதிலளிக்க வேண்டுமாயின், நான் அப்படி நினைக்கவில்லை - அவனது வாழ்க்கை பற்றி எனக்கு அவ்வளவாகத் தெரியாது, அதனை விசாரித்தறியும் சந்தர்ப்பமும் வாய்க்கவில்லை - ஆனால் நீங்கள் சந்தேகப்படுவதான உறவு நிலையினை நான் கேள்விப் பட்டிருக்கவில்லை. எனவே உறுதி கொண்டிருங்கள், உங்களை மன்றாடிக் கேட்டுக் கொள்கிறேன்!"

"இரக்கத்தினால், வெறுமனே என்னை ஆறுதல் படுத்துவதற்காக இதனைக் கூறி, காயத்திற்கு மருந்து இடுகின்றாய் என்னு கூறமாட்டேன். உன்னிடமிருந்து நான் இரக்கத்தை நாடினாலும், அது சரியில்லை என்று நீ

பார்க்கவில்லையா - ஏனெனில் என் வதையிலும் அவமானத்திலும் சந்தோஷமா யிருக்கிறேன்; என் ஆன்மாவில் வசந்தத்தின் மலர்ச்சியில் பெருமிதத்தால் நிரம்பியிருக்கிறேன் இரக்கத்திற்காக நான் மன்றாடுவதாகத் தோன்றினும், அதனை ஞாபகத்தில் வைத்துக் கொள் செல்லமே!''

"நீங்கள் மன்றாடுவதாக நான் உணரவில்லை. ஆனால் இத்தகைய விஷயத்தில், சந்தோஷமும் பெருமிதமும் துயரத்துடன் நெருங்கி அணிசேர்ந்திருக்கும்; அதனுடன் ஒத்திருக்கும்; நீங்கள் இரக்கத்தை நாடாத போதும், உங்களை நேசிப்போர் மற்றும் உங்கள் மீது நீங்களே அனுதாபம் கொள்ள வேண்டும் மற்றும் இந்த அபத்தமான ஈர்ப்பிலிருந்து உங்களை விடுவித்திட முற்படுவோர் ஆகியோரிடமிருந்து உங்களுக்கு கிடைக்க வேண்டியதாயிருக்கும்... என் வார்த்தைகளுக்காக மன்னியுங்கள்; அவை தவறானவை, நிச்சயமாக, ஆனால் நான் வார்த்தைகளுக்காக கவலைப்பட முடியாது. நான் கவலைப் படுவது உங்களுக்காகவே அது இன்றிலிருந்து மட்டுமில்லை, மனதிலிருந்ததை நீங்கள் கொட்டித் தீர்த்ததிலிருந்து மட்டுமில்லை - அதன் பொருட்டு உங்களுக்கு நான் நன்றிக்கடன் பட்டுள்ளேன். மிகுந்த சுயகட்டுப்பாட்டுடன் உங்கள் ரகசியத்தை பூட்டி வைத்திருக்கிறீர்கள்; ஆனால் சில மாதங்களாகவே, விசித்திரமானதும் சிக்கலானதுமான சந்தர்ப்பத்தில், உங்களை நேசிப்போரிடமிருந்து தப்ப முடியாது ரகசியத்தை அவர்கள் இருமனதுடன் கவனித்துள்ளனர்.''

"யாரை நீ குறிப்பிடுகிறாய்?''

"என்னைப் பற்றித்தான் பேசிக் கொண்டிருக்கிறேன். இக்கடைசி வாரங்களில் நீங்கள் பெரிதும் மாறியிருக்கிறீர்கள், அம்மா - மாறிவிட்டதாகக் கூறவில்லை இன்றும் நீங்கள் அதே நபரே, மாறியிருக்கிறீர்கள் என நான் குறிப்பிட்டாலும்; ஒருவித இளமை மீண்டு வந்துள்ளது உங்களிடம் - அதுவும் சரியான சொல் இல்லை, ஏனெனில் இயற்கையாகவே, உங்களின் வசீகரமான ஆளுமையில் உண்மையான, எடுத்துக் காட்டக்கூடிய இளமையின் மீட்பாக இருக்க இயலாது. ஆனால் என் கண்களுக்கு, சில தருணங்களில் குறிப்பிட்டதொரு

புனைவியல் முறையில், உங்களின் இனிய இல்லத்தரசி ஆளுமையிலிருந்து திடீரென இருபதாண்டு களுக்கு முந்தைய அம்மா அடியெடுத்து வைத்தது போல் இருக்கிறது - நான் சிறுமியாயிருந்த போது அவளை அறிவேன் - அது மட்டுமில்லை, திடீரென ஒருபோதும் உங்களை நான் காணாதது போல் கண்டதாக, சிறுமியாக நீங்கள் இருந்தபோது நீங்கள் தோன்றிய வண்ணத்தில் கண்டதாகக் கருதினேன் மற்றும் இம்மாயக் காட்சி - வெறுமனே மாயக்காட்சியாக இருந்தால், அது சார்ந்தும் நிஜமானது கொஞ்சம் இருக்கவே செய்தது - என்னைச் சந்தோஷப்படுத்தியிருக்க வேண்டும், என் இருதயம் ஆனந்தத்தில் துள்ளிக் குதித்திருக்க வேண்டும், இல்லையா? ஆனால் அப்படி இல்லை, என் இருதயத்தை கனக்கவே வைத்தது; என் கண்களின் முன்னே நீங்கள் இளமையுடன் வளர்ந்த தருணங்களில், உங்களுக்காக மிகவும் இரக்கப்பட்டேன். அதே வேளையில், நீங்கள் வருந்துவதைப் பார்த்தேன்; நான் குறிப்பிட்ட புனைவியல் காட்சி, உங்களின் துயருடன் தொடர்புடையது என்பது மட்டுமல்லாது, உண்மையில் அதன் வெளிப்பாடாயும், வலியின் வசந்தம் மலர்தலாயும் இருந்தது - நீங்கள் குறிப்பிட்டதுதான் அத்தொடர். இத்தகைய பிரயோகத்தை நீங்கள் எப்படி உபயோகிக்க நேர்ந்தது? இது உங்கள் இயல்பில்லை. நீங்கள் எளியதொரு ஜீவன், அனைத்து நேசத்திற்கும் தகுதியானவர்; உங்களிடம் தெளிவான வலுவான விழிகள் உண்டு, அவற்றை புத்தகங்களுக்குள் அல்லாமல், இயற்கையினுள்ளும் உலகத்தினுள்ளும் பார்க்க விடுவீர்கள், நீங்கள் அதிகம் வாசித்ததில்லை. கவிஞர்கள் உருவாக்கிடும் சோர்வூட்டும் நோய்த்தன்மையான இத்தகு வெளிப்பாடுகளை இதற்கு முன் நீங்கள் பயன்படுத்தியதில்லை - இப்போது பயன்படுத்துகிறீர்கள் எனில், அதில்... தீற்றல் கொண்டுள்ளது.''

"எதனுடைய தீற்றல், அன்னா? இத்தகு பிரயோகங்களை கவிஞர்கள் பயன்படுத்துகிறார்கள் எனில், அவை அவர்களுக்குத் தேவைப்படுகிறது, உணர்வும் அனுபவமும் அவற்றைத் தம்மிடமிருந்து நிர்ப்பந்திக்கின்றன, அதுதான் என்னிடம் நிகழ்ந்திருக்கும் அவை எனக்குரியவை அல்ல என நீ

கருதினாலும், உன் நிலைபாடு தவறு. யாருக்கு அவை தேவைப்படுகின்றனவோ அவருக்கு உரியதாகின்றன, அவை மீது அவருக்குப் பயமில்லை, ஏனெனில் அவை அவரிடமிருந்து நிர்ப்பந்திக்கப்பட்டவை. ஆனால் உனது மாயக்காட்சி (அ) புனைவியல் வடிவம் - நீ என்னிடம் கண்டிருப்பது எதுவாயினும் - உனக்குஅது குறித்து விளக்குவேன், அது முடியும். அது அவனது இளமையின் வேலை. அவனது இளமைக்கு ஈடுதந்திடும் என் ஆன்மாவின் போராட்டம், அப்போது அது அவன் முன்னே அவமானத்திலும் அவமதிப்பிலும் மடியத்தேவையில்லை."

அன்னா அழுதாள். அவர்கள் அரவணைத்துக் கொண்டனர், கண்ணீர் கலந்தது.

ஊனமுற்ற பெண் சற்று சிரமப்பட்டுக் கூறினாள்: "அதுவும், தற்போது நீங்கள் சொன்ன அதுவும் நீங்கள் பயன்படுத்திய விசித்திரமான பிரயோகம் சார்ந்ததைச் சேர்ந்தது; மற்றும் உங்கள் உதடுகளிலிருந்து வெளிவரும் அது சிதைவின் அம்சத்தைக் கொண்டிருக்கிறது. அருவருப்பான இப்பீடிப்பு உங்களை அழித்துக் கொண்டிருக்கிறது, அதனை என் கண்களாலேயே பார்க்கின்றேன், உங்கள் பேச்சில் கேட்கிறேன். இதனை நாம் சரிபார்த்து முற்றுப்புள்ளி வைக்க வேண்டும். எதுவந்தாலும் சரி, உங்களைக் காப்பாற்ற வேண்டும். ஒருவரின் பார்வைக்கு அப்பாலிருப்பதை அவர் மறந்து விடுகிறார். தேவைப்படுவதெல்லாம் ஒரு தீர்மானம், காப்பாற்றும் தீர்மானம், அந்த இளைஞன் இனி இங்கு வரத் தேவையில்லை. அவனை நாம் வெளியேற்ற வேண்டும் அது மட்டும் போதாது. நீங்கள் வெளியே செல்கையில் அவனைப் பார்ப்பீர்கள். இந்நகரிலிருந்து அவன் கிளம்புமாறு நாம் செய்ய வேண்டும். இதன் பொருட்டு நானே வற்புறுத்துவேன். நம் பார்த்த முறையில் அவனிடம் பேசி, தன் நேரத்தையும் தன்னையும் இங்கே வீணடித்துக் கொண்டிருக்கிறான், மற்றும் டுஸ்ஸல் டோர்ஃப் அவனுக்கு அலுத்து விட்டது இனியும் இங்கே சுற்றித் திரிய வேண்டாம், டுஸ்ஸல்டோர்ஃப் ஜெர்மனியில்லை, ஜெர்மனி பற்றி அறிந்திட நிறையப்பார்க்க

வேண்டும் அறிந்து கொள்ள வேண்டும். எடுத்துக்காட்டாக மூனிக், ஹாம்பர்க், பெர்லின் எல்லாம் உள்ளன, ஓரிடத்தில் பிணைப்புண்டு விடக் கூடாது, ஒரு நேரத்தில் ஓரிடத்திலும் இன்னொரு நேரத்தில் வேறொரு இடத்திலும் வாழவேண்டும், தன் நாட்டுக்குத் திரும்பி, அய்ரோப்பாவில் தகுதியற்ற மொழிப் பயிற்றுனர் வேலை பார்ப்பதற்குப் பதிலாக, சீரான வேலையில் அமர வேண்டும் என் வலியுறுத்துவேன். சீக்கிரமே இதனை தெளிவுபடுத்துவேன். அவன் மறுதலித்து, தன் தொடர்புகள் காரணமாக டுஸ்ஸல்டோர்ஃ பிலேயே ஒட்டிக் கொண்டிருந்தால், நாம் வெளியேறி விடுவோம். இங்கேயுள்ள நம் வீட்டை விற்றுவிட்டு, கொலோன் (அ) ஃபிராஸ்ஃபர்ட் (அ) டவ்னஸிலுள்ள அழகான இடத்திற்குச் சென்று விடுவோம்; உங்களை வதைத்து வருவதை, உங்களை அழிக்க முற்படுவதை பார்வைக்கு அப்பால் உள்ளதின் துணையுடன் இங்கேயே விட்டு விட்டு, மறந்து போவீர்கள். பார்வைக்கு அப்பால் இருப்பது - தேவைப்படுவதெல்லாம் அதுதான், அதுதான் தவறாத பரிகாரம், ஏனெனில் மறக்க முடியாததாக ஏதுமில்லை. மறப்பது அவமரியாதை என நீங்கள் கருதலாம். ஆனால் மக்கள் மறக்கவே செய்கின்றார். அதனைச் சார்ந்திருக்கின்றனர். டவ்னஸில் உங்களின் பிரியத்திற்குரிய இயற்கையை அனுபவிப்பீர்கள், நீங்கள் மீண்டும் எங்களது பழைய செல்ல அம்மாவாக இருப்பீர்கள்.”

“நிறுத்து, நிறுத்து அன்னா, போதும், நீ சொல்கின்றதை என்னால் கவனிக்க இயலாது! என்னுடன் சேர்ந்து அழுகின்றாய், உன் கவலை உண்மையில் அக்கறைமிக்கது, ஆனால் நீ சொல்வது, உன் முன்மொழிவுகள் சாத்தியமற்றவை, எனக்கு அதிர்ச்சி அளிக்கின்றன. அவனைத் துரத்திவிடுவதா? நாமே வெளியேறுவதா? உனது பதற்றம் உன்னை எப்படி மோசமாக்கி இருக்கிறது! இயற்கை பற்றிப் பேசுகிறாய், ஆனால் உன் கோரிக்கைகளால் அதன் முகத்தில் அறைகின்றாய், அதன் முகத்தில் அறைய வேண்டும் என்கிறாய் - அதியற்புதமான விதத்தில் என் ஆன்மாவை அவன் ஆசீர்வதித்துள்ள, வேதனையின் நீரூற்றை நெறித்து! அது எத்தகைய பாவமாயிருக்கும், எத்தகைய

நன்றியின்மை, எத்தகைய விசுவாசமின்மை, அதன் நலந்தரும் சர்வவல்லமையில் என் நம்பிக்கையை எப்படி மறுதலிப்பது! சாரா எப்படிப் பாவம் செய்தாள் என்பது உனக்கு ஞாபகமிருக்கின்றதா? கதவின் பின்னிருந்து சிரித்தாள், "வயதானவளாக மாறியபின் எனக்கு சந்தோஷமுண்டா, என் கணவரும் வயதானவரா" என்றாள்.

ஆனால் கர்த்தருக்கு கோபம் வர, 'சாரா எதன் பொருட்டு நகைத்தாள்?' என வினவினார். அவள் நகைத்தது தன் முதுமைக்காக என்பதை விடவும், அவளது கணவன் ஆப்ரஹாம், அதேபோல் வயதாகி, ஏற்கனவே 99 வயதை எட்டியிருந்தான். 99 வயதான கிழனுடன் காமத்தில் திளைப்பது பற்றி எந்தப்பெண்தான் சிரிக்காது இருப்பாள், ஏனெனில் ஒரு பெண்ணினுடையதை விடவும் ஓர் ஆணின் காதல் வாழ்க்கை குறைந்த அளவே வரம்புக்குட்பட்டது. என் காதலனோ இளைஞன், இளமையின் உருவம், இவ்வெண்ணம் எவ்வளவு லகுவாக, தூண்டிவிடும் தன்மையில் எனக்கு வந்திருக்கும் - என் அபிமானத்திற்குரிய அன்னா, வெட்ககரமான துயரமளிக்கும் காமத்தில் ஈடுபடுகிறேன், என் குருதியிலும் என் ஆசைகளிலும், என்னால் இதனைக் கைவிடமுடியாது, டவ்னஸூக்குத் தப்பியோட முடியாது; கிளம்பிச் செல்லுமாறு கென்னை நீ வற்புறுத்தினால், நான சாகும் நாள் வரை உன்னை வெறுப்பேன் என நம்புகிறேன்!"

கட்டற்ற வெறிகொண்ட இவ்வார்த்தைகளை அன்னா பெருந்துயரத்துடன் கவனித்தாள்.

"அபிமானத்திற்குரிய அம்மா, நீங்கள் பெரிதும் பரபரப்பாகி இருக்கிறீர்கள். இப்போது உங்களுக்குத் தேவைப்படுவது ஓய்வும் தூக்கமும். இருபது / இருபத்தைந்து துளிகள் வேலரியனை நீரில் கலந்து எடுத்துக் கொள்ளுங்கள். அது தீங்கற்ற மருந்து, பெரிதும் துணை நிற்கும். உங்கள் உணர்வுக்கு எதிரான எதையும் நான் செய்ய மாட்டேன் என உறுதியளிக்கிறேன். இவ்வுறுதி உங்களுக்கு நிம்மதியைக் கொண்டுவரும், எல்லாவற்றிற்கும் மேலாக இதனையே நான் ஆசைப்படுகிறேன்! உங்களது அபிமானத்திற்குரியவனாக நான்

மதிக்கும் கீட்டனை நான் மோசமாகப் பேசியிருப்பது, அது உங்களுக்கு நிம்மதியைக் கொண்டு வராதா என்ற அக்கறையில் தான் என்பதைப் புரிந்து கொள்ளுங்கள்; உங்கள் வேதனைக்கு காரணமானவனை என்னால் சபிக்காது இருக்க முடியாது என்பது வேறு விஷயம். என்னுடன் பேசியதன் வாயிலாக உங்கள் இருதயத்தை ஒருவாறு லகுவாக்கிக் கொண்டிருக்கிறீர்கள் - உங்கள் நம்பிக்கைக்கு முடிவின்றி நன்றி பாராட்டுவேன். உங்களின் மீட்சிக்கு இவ்வுரையாடல் ஒரு முன் நிபந்தனையாக இருக்கக்கூடும் - உங்களின் நிம்மதியான மன நிலையைக் குறிப்பிடுகிறேன். எங்களுக்கெல்லாம் பிரியமான உங்களின் இனிய, சந்தோஷமான இருதயம் தன்னை மீண்டும் கண்டுகொள்ளும். அது வேதனையில் நேசிக்கிறது. நாளடைவில் வலியின்றி, பகுத்தறிவுக்கேற்ப நேசித்திட அது கற்றுக்கொள்ளும் என்று நீங்கள் கருதவில்லையா? (வேலரியனை அவளே கிளாஸில் போடுவாள் என்பதற்காக அன்னா அம்மாவை அவளது படுக்கை அறைக்கு அக்கறையுடன் இட்டுச் சென்றபோது).... நேரம் என்பது எத்தனை விஷயங்களாக இருக்கிறது, அச்சொல்லில் அடங்கியுள்ள நுணுசு நுணுசான உணர்வுகள் என்னென்ன, இருந்தும் நேசம் என்பது எப்போதும் விசித்திரமாயுள்ளது! எடுத்துக் காட்டாக, மகன் மீதான தாயின் நேசம் - எடுவர்ட் உங்களிடம் நெருக்கமாயில்லை என்பதை அறிவேன் - அதனால் அந்நேசம் இருதய பூர்வமானதாக இருக்க இயலும், வேட்கை மிக்கதாக இருக்க இயலும்; அதே பாலினக் குழந்தை மீதான நேசத்திலிருந்து நுட்பமாகப் பிரித்தறியக் கூடியது. ஆனால் தாயன்பின் எல்லைகளை கணமேனும் மீறாதது. கென் உங்கள் மகனாகி, அவன் மீதான உங்களது உணர்வோட்டத்தை தாய்மை மிக்க தாக்கி, அது நிரந்தர இடத்தைப் பெறுமாறு, தாயன்பாக உங்களது நலனுக்கானதாக செய்து விட்டால், எப்படி இருக்கும்?"

ரோஸலி தன் கண்ணீரினூடே புன்னகைத்தாள்.

"இவ்வாறு உடலுக்கும் ஆன்மாவுக்கும் இடையில் சரியான புரிதலை நிறுவலாம் என நான் எடுத்துக் கொள்ளலாமா? உன் புத்திசாலித்தனத்தில் நான் வைக்கும் கோரிக்கைகள்!

எப்படி நான் அதனை ஓய்ந்து போகவைக்கிறேன், தவறாகப் பயன்படுத்துகிறேன்! அது எனது தவறு, எந்தக் குறிக்கோளும் இல்லாது உன்னைத் தொந்தரவு செய்கிறேன். தாயன்பு மீண்டும் அது டவ்னஸ் மற்றும் இன்ன பிறவாக இருக்கும்... ஒருவேளை என்னை நான் சரியாக வெளிப்படுத்திக் கொள்ளாதிருக்கலாம்? நான் மிகவும் சோர்ந்து போயுள்ளேன், அது சரிதான். உன் பொறுமைக்கும் அனுதாபத்திற்கும் நன்றி, செல்லம்! என் அபிமானத்திற்குரியவன் என்பதன் பொருட்டு கென்னை மதிப்பதற்கு நன்றி. அவனைத் துரத்திவிட்டால் நான் உன்னை வெறுக்கவேண்டியிருக்கும் என்பது போல, அதே வேளையில் அவனை வெறுக்காதே! அவன் என் ஆன்மாவில் இயற்கை தன் அற்புதத்தை நிகழ்த்துவற்கான சாதனம்"

அன்னா அவளிடமிருந்து கிளம்பினாள். ஒரு வாரம் கடந்து சென்றது, அவ்வாரத்தில் கீட்டன் இருமுறை டும்லெர்கள் இல்லத்தில் உணவருந்தினான். முதல்முறை ரோஸலியின் உறவினர்களான வயதான தம்பதியர் டூயிஸ்பர்கிலிருந்து வந்திருந்தனர்; அப்பெண் அவளது ஒன்றுவிட்ட சகோதரி. சில உறவு நிலைகளும் உணர்வோட்ட அழுத்தங்களும் தவிர்க்க முடியாதபடி ஒரு நறுமணத்தை வெளியிடும்; இது எந்த விதத்திலும் தொடர்பில்லாதவர்களுக்கு வெளிப்படையாயிருக்கும் - விருந்தினர்கள் இதனைக் கூர்ந்து கவனித்ததை அன்னா அறிவாள். ஓரிருமுறை ரோஸலியின் ஒன்றுவிட்ட சகோதரி ஆச்சர்யத்துடன் கீட்டனை நோக்கினாள், அப்புறம் ரோஸலியை நோக்கினாள்; ஒருமுறை தன் கணவனின் மீசையின் கீழே புன்னகையை கண்டுபிடித்தாள். அந்த மாலைப் பொழுதில் அன்னாவும், தன் தாயிடம் கீட்டன் வித்தியாசமாக நடந்து கொண்டதைப் பார்த்தாள். அவனது எதிர்வினைகளில் புதிரான மாற்றமும் சரிசெய்து கொள்ளலும் இருந்தன; கீட்டனைக் கவனிக்காதது போல ரோஸலி பாவனை செய்து, பின் வலுக்கட்டாயமாகத் தன் கவனத்தை அவனிடம் திருப்பினாள். இரண்டாம் சந்திப்பில் யாரும் வந்திருக்கவில்லை. தன் மகளுடனான சமீபத்தைய உரையாடலில் கொண்ட உத்வேகத்துடன் நடந்து கொண்டாள். அவ்வுரையாடலில்

அன்னாவின் சில ஆலோசனைகளைப் பரிகசித்து, அதே வேளையில் அதனைத் தனக்குச் சாதகமாக மாற்றினாள். முந்தைய இரவில் கென் பெரிதும் நகரில் இருந்திருக்கிறான்; தன் கும்பலைச் சேர்ந்த நுண்கலை மாணவன் மற்றும் தொழிலதிபர்களின் பிள்ளைகள் இருவருடன் மதுவிடுதியில் களித்தபடி இருந்துள்ளான். அப்போதையின் 'மிச்ச மீதி'யுடன் டும்லெர்கள் இல்லத்திற்கு வந்த தெரியவந்தது; இதனை வெளியிட்டவன் எடுவர்ட். அம்மாவைச் சந்திப்பு முடிவுக்கு வந்து, அவர்கள் விடை பெற்றுக் கொண்டபோது, ரோஸலி தன் மகளை பரபரப்புடனும் தந்திரமாகவும் நோக்கினாள் - அவ்விளைஞனின் காதுமடலைப் பற்றியபடி, கணநேரம் அவள் பார்வை மகனிடம் நிலைகுத்தியிருந்தது; அப்போது கூறினாள்:

"அம்மா ரோஸலியிடமிருந்து வரும் கண்டனத்தைப் புரிந்துகொள், அவளது இல்லம் கண்ணியமான நடத்தை உள்ளவர்களுக்கே அல்லாமல், இரவு ஆந்தைகளுக்கும் பீரினை மண்டுபவர்களுக்கும் இல்லை; அவர்களுக்கு ஜெர்மன் பேசவும் வராது, கண்களைத் திறந்து வைத்திருக்கவும் இயலாது! உதவாக்கரையே நான் சொன்னதைக் கேட்டாயா? உன்னைத் திருத்திக் கொள்! மோசமான பையன்கள் தூண்டி விட்டால், அவர்களைக் கவனிக்காதே, இப்போதிருந்து பரபரப்பாகத் திரிந்து ஆரோக்கியத்தைக் கெடுத்துக் கொள்ளாதே! உன்னைத் திருத்திக் கொள்வாயா, மாட்டாயா?" அவள் பேசிக் கொண்டே அவன் காதைத் திருகினாள், அவன் அதற்குப் பணிவது போல மிகையாக நடந்து கொண்டான்; அது அதிகம் வலிப்பதாக பாவனை செய்து துடித்தான். அவன் முகம் அவள் முகத்திற்கு நெருக்கமாயிருக்க, அதனிடம் தொடர்ந்து பேசினாள்:

"இதனை நீ மீண்டும் செய்தால், உன்னைத் திருத்திக் கொள்ளாவிட்டால், நகரிலிருந்து அகற்றி விடுவேன் - தெரியுமா? டவ்னாஸில் அமைதியாயுள்ள இடத்திற்கு அனுப்புவேன்; அங்கே இயற்கை அழகாய் இருப்பினும், சபலங்களுக்கு இடமில்லை, அங்கே குடியானவர் பிள்ளைகளுக்கு கற்பிக்கலாம். இப்போது நீ போய் தூங்கு, கழிசடையே!" அவள் அவன் காதை விட்டு விட்டு, அவன்

பார்வையிலிருந்து நகர்ந்ததும், அன்னா மீது மீண்டுமொரு வெளிறிய, தந்திரம் மிகுந்த பார்வையை வீசிவிட்டுச் சென்றாள்.

ஒரு வாரத்திற்குப் பின் அசாதாரணமான ஒன்று நிகழ்ந்தது அது அன்னாவைப் பெருமளவில் ஆச்சரியப்பட வைத்தது, அவள் மனதைத் தொட்டது, வதைத்தது - தன் தாயின் பொருட்டு அவள் அதில் மகிழ்ந்தாலும் அது நல்வாய்ப்பானதா கெடுவாய்ப்பானதா என்ற தெரியாததால் வதைத்தது. காலையில் சுமார் பத்துமணிக்கு, இல்லத்தலைவியை அவளது படுக்கை அறைக்கு வந்து பார்க்குமாறு பணிப்பெண் செய்தி கொண்டு வந்தாள். அச்சிறு குடும்பத்தில் எடுவர்ட் முதலிலும், அப்புறம் அன்னாவும் கடைசியில் இல்லத்தரசியும் தனித்தனியே காலை உணவை அருந்தினர். அன்று அதுவரையும் அன்னா அம்மாவைப் பார்த்திருக்கவில்லை. ரோஸலி கட்டிலில் படுத்திருந்தாள், காஷ்மீர் சால்வை போர்த்தியிருந்தாள/ சற்று வெளிறி, மூக்கு சிவந்து காணப்பட்டாள். மகள் தடதடத்து வரவும், புன்னகையுடன் தலையசைத்தாள். ஒன்றும் சொல்லாதிருந்ததால், அன்னா வலுக்கட்டாயமாக வினவினாள்:

“என்ன விஷயம் அம்மா? உங்களுக்கு உடல்நலக் குறைவில்லையே, இருக்கின்றதா?”

“இல்லை, பயப்படத் தேவையில்லை, சுகவீனம், ஒன்றுமில்லை, உனக்குச் செய்தி அனுப்புவதை விடவும் நேரில் வந்து வாழ்த்தலாம் என்ற தூண்டுதல் இருந்தது. ஆனால் எனக்குச் சற்று தட்டிக் கொடுக்க வேண்டியிருந்தது. ஓய்வு தேவை என்று தோன்றுகிறது - சமயங்களில் பெண்களாகிய நமக்கு தேவைப்படுவது போல.”

அம்மா, என்ன சொல்கிறீர்கள்?

அப்போது ரோஸலி எழுந்து அமர்ந்து தன் மகளின் கழுத்தைச் சுற்றி தன் கைகளால் வளைத்து, தன்னருகே இழுத்து, அவள் காதில் ஒரே மூச்சில் கிசுகிசுத்தாள்

“வெற்றி, அன்னா, வெற்றி, என்னிடம் திரும்பியிருக்கிறது, நீண்ட இடைவெளிக்குப் பிறகு என்னிடம் திரும்பியிருக்கிறது,

முற்றிலும் இயற்கையாக, முதிர்ச்சியுற்ற எழுச்சிமிக்க பெண்ணுக்கு வருவது போல! அன்பான அன்னா, என்ன அதிசயம்! மிகப்பெரிய, நலந்தரும் இயற்கை என்னிடத்தே என்ன அதிசயத்தை நிகழ்த்தியிருக்கிறது, என் நம்பிக்கையை எப்படி ஆசீர்வதித்திருக்கிறது! அன்னா, நான் நம்பினேன், அன்பான இயற்கை எனக்கு வெகுமதியளிக்கிறது, என் உடலுக்குச் செய்திருந்ததை திரும்ப எடுத்துக் கொள்கிறது. அதுவொரு தவறென்று நிரூபித்து, ஆன்மாவுக்கும் உடலுக்கும் இடையிலான ஒத்திசைவை மீண்டும் நிறுவுகிறது, ஆனால் நீ விரும்பிய விதத்தில் இல்லை. உடல் தன் மீது செயல்படுமாறு விட்டு, இல்லத்தரசியின் கண்ணிய நிலைக்கு மாற்றுமாறு, பணிவுடன் ஆன்மா இயங்காமல், நேர் எதிராக நடந்தது; உடல் மீது ஆன்மாதன்னை தலைவியாக நிரூபணம் செய்கின்றது. செல்லமே என்னை வாழ்த்து, அதற்கு காரணம் உண்டு! மீண்டும நான் பெண்ணாகியிருக்கிறேன். மீண்டும் முழு மனித உயிராகி இருக்கிறேன், இயங்கிடும் பெண்ணாக, என்னை மயக்கியுள்ள இளம் ஆண்மைக்குத் தகுதிமிக்கவளாக உணர முடியும்; ஆண்மைக்குறைவு என்னும் உணர்வின் அதன் முன்னே இனி நான் என் விழிகளைத் தாழ்த்த வேண்டியதில்லை. வாழ்வின் குச்சியால் என்னை அது அடித்திருப்பது, என் ஆன்மாவை மட்டுமின்றி என் உடலையும் ஒட்டி, மீண்டும் அதனை பொங்கிடும் நீருற்றுயாக்கியுள்ளது. அன்பே, என்னை முத்தமிடு, ஆசீர்வதிக்கப் பட்டவள் என்று கூறு; மாபெரும், நலந்தரும் இயற்கையின் அதிசய ஆற்றலை என்னுடன் சேர்ந்து போற்று!”

கண்களை மூடிச் சரிந்தவள் மூக்கு சிவந்திருக்கத் திருப்திகரமாகப் புன்னகைத்தாள்.

தாயுடன் கொண்டாடும் விருப்பம் இருப்பினும், இருதயத்தில் துயருடன் அன்னா கூறினாள்: “அன்பான அம்மா, உண்மையிலேயே இது நெகிழ வைக்கும் சம்பவமே உங்கள் இயல்பின் செழுமைக்கு இது சான்று பகரும், உங்கள் புத்துணர்வில் அது ஏற்கனவே வெளிப்பட்டது மற்றும் இப்போது உங்கள் உடல் இயக்கங்களுக்கு இத்தகு ஆற்றலை

அவ்வுணர்வு அளிக்கின்றது. உடலியல் ரீதியாக உங்களுக்க நிகழ்ந்திருப்பது, தோற்றத்தில் உளவியல் ரீதியிலானது, இளமை சார்ந்த வலுவான உணர்வின் விளைவு என்னும் உங்கள் அபிப்பிராயம் தான் எனக்கும். இத்தகையவை பற்றி சில சமயங்களில் நான் என்ன கூறியிருப்பினும், என்னை அற்பமானவளாக நீங்கள் கருதக்கூடாது - உடலியல் ரீதியானதின் மேல் உளவியல் ரீதியானதற்கு எந்த ஆற்றலும் கிடையாது மற்றும் அவற்றிற்கிடையிலான உறவில், உடலியல் ரீதியானதே தீர்மானகரமாய் இருக்கும் என நம்பினேன். ஒவ்வொன்றும் மற்றதைச் சார்ந்துள்ளது - அந்த அளவுக்கு இயற்கை பற்றி அதன் ஒருமைப்பாடுபற்றி எனக்கும் தெரியும். உடலின் சந்தர்ப்ப சூழல்களுக்கு ஆன்மா என்னதான் அடங்கி இருப்பினும், ஆன்மா உடலுக்கு என்ன செய்யக்கூடும் என்பது பெரும் அற்புதமானதைச் சார்ந்திருக்கிறது. அதற்கு மிக அழகிய உதாரணங்களுள் ஒன்று உங்களுடையது. இருப்பினும், நீங்கள் பெருமிதப்படும் இந்த அழகிய, எழுச்சியூட்டும் சம்பவம் - நிச்சயம் நீங்கள் பெருமிதப்படலாம் - ஆனால் அது என்னிடத்தே அதே மனப்பதிவை ஏற்படுத்தவில்லை. எனது அபிப்பிராயத்தில், இது அவ்வளவாக மாற்றத்தை ஏற்படுத்துவதில்லை, உங்கள் இயல்பு (அ) பொதுவாக இயற்கை மீதான எனது போற்றுதலை இது அதிகரிப்பதில்லை. பிளவுடைய பாதத்துடன் முதிர்கன்னியாகிய நான், உடலியல் ரீதியானதற்கு அவ்வளவாக முக்கியத்துவம் தராததற்குக் காரணங்கள் உண்டு. உங்கள் வயதிற்கு முரணான விதத்தில், உங்களின் புத்துணர்வு, எனக்கு ஆச்சரியகரமானதாகத் தோன்றிற்று, வெற்றிக்குப் போதுமானது - இப்போது நிகழ்ந்துள்ளதை விடவும், ஆன்மாவின் அநேகமாக தனி வெற்றியாக எனக்குத் தோன்றிற்று; உங்களது இருதயத்தின் அழிக்க முடியாத இளமை உயிரியல் நிகழ்வாக அடைந்துள்ள இவ்வுருமாற்றத்தை விடவும் போதுமானது.”

“வேறெதுவும் சொல்லாதே! என் புத்துணர்வு என நீ அழைப்பது, இப்போது அப்பட்டமான தவறாகி என்னை முட்டாள் தனமிக்கவளாக்குகிறது; மற்றும் என்

உணர்வோட்டத்தை தாய்மை சார்ந்ததாக்கிட, கணவனிடமிருந்து பெற்ற சொத்தை வைத்து அதில் ஒதுங்கிக் கொள்ளுமாறு ஆலோசனை கூறுகிறாய். நல்லது, அதற்கு இன்றும் நேரம் வராதிருக்கலாம், இல்லையா? இயற்கை தன் குரலை கேட்க வைத்துள்ளது. அது என் உணர்வை தனது அக்கறையாகக் கொண்டு, தவறில்லாதபடி தன் முன்னோ மலர்கின்ற இளம் ஆண்மையின் முன்னோ அவமானப்படத் தேவையில்லை என்று எடுத்துக் காட்டியிருக்கிறது. அது அவ்வளவாக மாற்றம் செய்திருக்கவில்லையென உண்மையாகவே கூறுகிறாயா?"

"அதிசயமான என் அம்மா, இயற்கையின் குரலை நான் மதிக்கவில்லை என்ற அர்த்தத்தில் கூறவில்லை. எல்லாவற்றுக்கும் மேலாக, உங்கள் ஆனந்தத்தை பாழடிக்கும் விருப்பமும் எனக்கில்லை. என்னைப் பற்றி நீங்கள் அப்படி எண்ண முடியாது. நிகழ்ந்துள்ளது அவ்வளவாக விஷயங்களை மாற்றிடவில்லை என்று நான் கூறியபோது, நான் குறிப்பிட்டது வெளிப்புற யதார்த்தங்களையே, நிலவரத்தின் நடைமுறை அம்சங்களையே. நீங்கள் உங்களை வெற்றிகொள்ள வேண்டும் என நான் ஆசைப்பட்ட போது, அவ்விளைஞன் அப்படிக் கூறுவதற்காக மன்னியுங்கள், நம் நண்பன் கீட்டன் மீதான உங்கள் உணர்வைக் கட்டுப்படுத்திக் கொள்வது சிரமமாயிருக்காது - அது தாயன்பாயிருக்கும் என்றபோது, அவன் உங்கள் மகனாயிருக்க முடியும் என்பது எனது நம்பிக்கை. அந்த உண்மை மாறியிருக்கவில்லை என்பதை ஒத்துக்கொள்வீர்கள். அது உங்கள் தரப்பு மற்றும் அவனது தரப்புக்கு இடையிலான உறவு நிலையை தீர்மானிக்காது இருக்க இயலாது."

"இரு தரப்புகளைக் குறிப்பிட்டு விட்டு, அவன் தரப்பையே பேசுகிறாய், ஒரு மகன் என்பதைத் தவிர்த்து என்னை அவன் நேசிக்க முடியும் என நீ நம்பவில்லையா?"

"பிரியமான அம்மா, அதனை நான் சொல்ல மாட்டேன்."

"உண்மையான இருதயமுள்ள அன்னா, அவ்வாறு எப்படிக் கூறுவாய்! காதல் விவகாரங்களில் முடிவு கட்டிட

உனக்கு உரிமையில்லை, அதிகாரமில்லை என்பதை ஞாபகத்தில் வைத்துக்கொள். அப்பகுதியில் உன்னிடம் கூர்ந்த நோக்குநிலை இல்லை ஏனெனில் இத்தகு விஷயங்களை நீ மிகச் சீக்கிரமாகவே கைவிட்டு விட்டாய், இயற்கையினிடத்தே அறிவு அமர்ந்து கொண்டது அது உனக்கு நல்லது, அழகானது! ஆனால் என்னை நம்பிக்கை இழந்த நிலைக்குக் கண்டித்திட எப்படித் துணியலாம்? உன்னிடம் பார்க்கும் பொறுமையில்லை, நான் காண்பதை நீ காண்பதில்லை, என்னுடைய உணர்வுக்கு எதிர்வினை புரிய அவனது உணர்வு ஆயத்தமாயிருக்கிறது என்பதைச் சுட்டிக்காட்டும் அடையாளங்களை நீ கண்டு கொள்வதில்லை. இத்தகு தருணங்களில் அவன் வெறுமனே என்னுடன் சுற்றித்திரிகிறான் என்கிறாயா? அவனது உணர்வு என்னுடையதுடன் இயைந்து போகலாம் என்னும் நம்பிக்கையை அளிப்பதை விடவும், அவனை திமிர்பிடித்தவன், இருதயமற்றவன் என்றே நீ கருதிவிடலாம். அதில் என்ன அசாதாரணமாக இருந்து விடப்போகிறது! காதலிலிருந்து தனித்திருக்கும் உன்னால், ஓர் இளைஞன் அனுபவமற்ற யுவதியை விடவும் முட்டாள்தனமான வாத்துக் குஞ்சை விடவும், பெரிதும் முதிர்ச்சியடைந்த பெண்ணையே விரும்புவான் என்பதை அறியாதிருக்க இயலாது. இயற்கையாகவே தன் தாயின் மீதான ஏக்கம் இதில் இடம் பெறக் கூடும் - மறுபுறத்தே ஓர் இளைஞனிடத்தேயான மூத்த பெண்ணின் வேட்கையில் தாய்மை உணர்வுகள் இடம்பெறக் கூடும். இதனை ஏன் உன்னிடம் கூறுகிறேன்? ஏனெனில் இதுபோன்ற ஒன்றினை நீ சமீபத்தில் குறிப்பிட்டிருந்தாய்."

"உண்மையாகவா? எதுவாயினும் நீங்கள் சொல்வது சரியே. இதனை முற்றிலும் ஏற்றுக்கொள்கிறேன்."

"அப்படியானால், என் உணர்வை இயற்கை அங்கீகரித்துள்ள இன்று, என்னை நம்பிக்கை இழந்தவள் என்று நீ குறிப்பிடக் கூடாது. எனக்கு நரைத்திருந்தாலும் நீ சொல்லக் கூடாது. ஆம், கெடுவாய்ப்பாக மிகவும் நரைத்திருக்கிறேன். நீண்ட நாட்களுக்கு முன்பே என் கூந்தலுக்கு சாயம் பூசாதது என் தவறு. இப்போது நான் திடீரென ஆரம்பிக்க முடியாது,

அப்படிச் செய்திட இயற்கை எனக்கு அதிகாரமளித்துள்ள போதிலும். ஆனால் என் முகத்திற்குச் சிலவற்றைப் பயன்படுத்த முடியும். மஸாஜ் மட்டுமல்லாது, ஒப்பனைப்பொருட்களையும் பயன்படுத்தலாம். குழந்தைகளாகிய நீங்கள் அதிர்ச்சி யடைவீர்கள் என நான் கருதவில்லை?”

“நிச்சயமாக இல்லை, அம்மா! சற்று தந்திரத்துடன் மேற்கொண்டால், எடுவர்ட் கவனிக்கப்போவதில்லை. இயற்கையிடம் ஆழ்ந்த நேசமிக்க உங்களுடன் செயற்கை அம்சங்கள் ஒத்திசைந்து போகாது என நான் கருதினாலும், ஏற்றுக் கொள்ளப்பட்ட இம்மோஸ்தரில் சற்று உதவிட, இது இயற்கைக்கு எதிரான பாவமில்லை,”

“ஆக என்னுடன் இசைந்து போகிறாயா? கென்னின் உணர்வில் பெரும் பங்கு வகிப்பதிலிருந்து, மேலோங்கி யிருப்பதிலிருந்து தடுப்பதே விஷயம். அது என் நம்பிக்கைகளுக்கு முரணானது. என் இருதயம் கர்வத்தாலும் ஆனந்தத்தாலும் பூரித்துள்ளது. வேறுபட்ட முறையின் வேறுபட்ட சுய நம்பிக்கை[illegible]ன் அவனது இளமையை எதிர்கொள்ள முடியும் என்ற எண்ணத்தில் - ‘இருதயம்’ பற்றிப் பேசுவதையோ கேட்பதையோ நீ விரும்ப மாட்டாய் என்பது தெரியும். உன் தாயின் இருதயம் சந்தோஷத்தாலும் வாழ்வாலும் பூரித்திருக்கிறது.”

“எவ்வளவு அழகுபடச் சொல்கிறீர்கள் அம்மா! உங்களது மிகப்பெரும் ஆனந்தத்தில் என்னைப் பங்கேற்க விட்டது எவ்வளவு பெரிய விஷயம்! என் இருதயத்திலிருந்து அதை பகிர்ந்து கொள்கிறேன். அதில் சந்தேகப்படவேண்டாம். உங்களுடன் நான் சந்தோஷப்படுகையில் ஒருவித கவலை குறுக்கிட்டாலும் - சில மனச்சாட்சி உறுத்தல்கள் - நடைமுறை ரீதியிலான உறுத்தல்கள்... உங்கள் நம்பிக்கை பற்றி, அதனை அனுபவிப்பதிலான நியாயங்கள் பற்றிப் பேசுகிறீர்கள்; எனது அபிப்பிராயத்தில், இதனை நியாயப்படுத்துவது உங்களின் நேசிக்கத்தக்க அகமே உங்கள் நம்பிக்கையின் இலக்கென்ன, வாழ்வின் யதார்த்தத்தில் என்ன வெளிப்பாட்டினை கண்டறியலாம் என எதிர்பார்க்கிறது என்ற வகையில், உங்கள்

நம்பிக்கையை வரையறுக்கவில்லை. மீண்டும் மணமுடிப்பது உங்கள் உத்தேசமா என்ன? கென் கீட்டனை எங்கள் வளர்ப்புத் தந்தையாக்கவா? அவனுடன் பீடத்தின் முன்பு நிற்பதா? இது என்னிடத்தேயான கோழைத்தனமாக இருக்கலாம், ஆனால் உங்கள் வயதுகளில் உள்ள வித்தியாசம், ஒரு தாய்க்கும் மகனுக்கும் இடையிலான வித்தியாசத்திற்குச் சமம்; இத்தகைய காலடி எழுப்பிடும் திகைப்பு பற்றி சிறிது அஞ்சுகிறேன்."

ரோஸலி தன் மகளை உற்று நோக்கினாள். "இல்லை, இக்கருத்து எனக்குப் புதியது; உன் சந்தேகங்களை அமைதிப் படுத்துமானால் அதனை வைத்திருக்க மாட்டேன் என உனக்கு உறுதி கூற முடியும். இல்லை, அன்னா, உனக்கும் எடுவர்டுக்கும் 24 வயது வளர்ப்புத் தந்தையை அளிக்கும் உத்தேசம் எனக்கில்லை. பலிபீடத்தின் முன் நிற்பது, என முரட்டுத் தனத்துடனும் பவித்திரத்துடனும் நீ பேசுவது எவ்வளவு விநோதம்!"

அன்னா நிசப்தமாயிருந்தாள்; அவள் இமைகள் சற்றுத் தாழ்ந்தன, அவள் பார்வை தாயைக் கடந்து வெளியில் பதிந்தது.

"நீ என்னிடம் விரும்புவதைப் போல, நம்பிக்கையை யாரே வரையறுக்க முடியும்! நம்பிக்கை நம்பிக்கைதான், நீ குறிப்பிடுவது போல, நடைமுறை இலக்குகளுக்குள், அது விசாரணை செய்ய வேண்டும் என எப்படி நீ எதிர்பார்க்கலாம்? இயற்கை எனக்கு வழங்கியிருப்பது மிக அழகானது - அதனிடமிருந்து அழகானதையே என்னால் எதிர்பார்க்க இயலும், எப்படி அதுவரும் எப்படி அது நனவாகும், அது எங்கே இட்டுச் செல்லும் என்றெல்லாம் என்னால் உன்னிடம் சொல்ல இயலாது. அதுதான் நம்பிக்கை என்பது. அது வெறுமனே சிந்திப்பதில்லை - பீடத்தின் முன் நிற்பது" பற்றி கிஞ்சித்தும் கிடையாது.

அன்னாவின் உதடுகள் லேசாகச் சுழித்தன. அனிச்சை யாகவும் தன்னை மீறியும் பேசுவதுபோல, மென்மையாகப் பேசினாள்:

"ஒப்பீட்டளவில் அது புத்திசாலித்தனமான கருத்தாக இருக்கும்."

ஊனமுற்ற தன் மகளை ரோஸலி திகைப்புடன் உற்று நோக்கினள் - அன்னாவோ அவளைப் பார்க்கவில்லை - மகளின் வெளிப்பாட்டை வாசிக்க முற்பட்டாள்.

"அன்னா, என்ன நினைத்துக் கொண்டிருக்கிறாய், இந்நடத்தைக்கு என்ன அர்த்தம்! உன்னை என்னால் அடையாளம் காண இயலவில்லை, அவ்வளவுதான்! நம்மில் யார் கலைஞர், நானா நீயா? விசாலமான மனதைப் பொறுத்தவரை, உன் தாயைவிட இவ்வளவு பின் தங்கி இருப்பாய் என நான் நினைத்துப் பார்க்கவே இல்லை - தாயை விட மட்டுமல்ல, காலத்திலும் அதன் சுதந்திரப் போக்குகளிலும் தான்! உனது ஓவியத்தில் மிகவும் முன்னேறி, மிகமிகச் சமீபத்தியதை முன்னெடுத்துச் செல்கிறாய், எனவேதான் என்னைப் போன்ற எளியவரால் உன்னைப் பின்தொடர இயலவில்லை. ஆனால் தார்மீக ரீதியில் போருக்கு முந்தைய பழைய காலங்களில் வாழ்வதாக - எவ்வளவு பழமையானது என்பதை கடவுளே அறிவார் என்று தோன்றுகிறது. நமக்கு குடியரசு இருக்கிறது. சுதந்திரம் இருக்கிறது, கருத்துகள் நிறையவே மாறியிருக்கின்றன. சம்பிரதாய மற்றதாக, நெகிழ்ந்து கொடுப்பதாக, இது சின்னச்சின்ன விஷயங்களிலும் வெளிப்படை. எடுத்துக்காட்டாக, இப்போதெல்லாம் இளைஞர்கள் தம் கைக்குட்டைகளை அதிகமாகத் தொங்க விடுவதை நல்லதாகக் கருகின்றனர்; அதன் சிறுநுனியே துருத்திக் கொண்டிருந்ததை நீ பார்த்திருப்பாய் ஏன், இப்போது கொடிகளைப் போல, பாதிக்கைக்குட்டையை தொங்குமாறு விடுகின்றனர்; இது தெளிவாகவே, குடியரசுவாத நடைமுறைகள் தளர்ந்து வருவதன் அடையாளமே, பிரக்ஞை பூர்வ பிரகடனமும் கூட. எடுவர்ட்டும் தன் கைக்குட்டையே நவீன மோஸ்தரில் தொங்கவிடுகிறான், இதனைச் சற்று திருப்தியுடன் பார்க்கிறேன்."

"உங்களது பார்வை நேர்த்தியானது, அம்மா ஆனால் எடுவர்டின் விஷயத்தில் உங்களது கைக்குட்டை அடையாளத்தை மிகவும் தனிப்பட்டதாக எண்ணலாகாது என்று கருதுகிறேன். நமது இளைஞன் வளர்ந்து வந்து, எங்களது தந்தை, துணைத் தளபதி போல பெருமளவு இருக்கிறான். நமது

உரையாடலில், தற்போதைய கணத்திலான சிந்தனைகளில், அப்பாவைக் கொண்டுவருவது, முற்றிலும தந்திரவகைப் பட்டதில்லை. இருப்பினும்"

"அன்னா, உனது தந்தை அற்புதமான அலுவலர், போர்க்களத்தில் கண்ணியத்துடன் வீழ்ந்தார்; ஆனால் ஒரு கயவர், அப்பட்டமான டான்ஜூவான்[4]. ஓர் ஆணின் பாலியல் வாழ்க்கையின் நீட்சி கொள்ளும் வரம்புகளுக்கு மிக நல்ல எடுத்துக்காட்டு; அதனால் நான் தொடர்ந்து இரு கண்களையும் பொத்திக் கொள்ள வேண்டியிருந்தது. எனவே நீ அவரைக் குறிப்பிடுவது தந்திரக் குறைவானது எனக் கருதவில்லை."

"கண்ணியம் சார்ந்த சில கருத்தமைவுகளின் படி, அவரது கயமைத்தனத்தை நீங்கள் குறிப்பிட்டாலும், ஒரு கனவானாக அலுவலராக அப்பா வாழ்ந்தார்; அவரது அக்கயமைத் தனங்களில் சிலவற்றை எடுவர்ட் சுவீகரித்திருக்கிறான். அவன் தந்தையை வெளிப்புறத்தில் மட்டுமல்லாது ஆளுமையிலும் அதன் அம்சங்களிலும் தான். சில சந்தர்ப்பங்களில் தந்தையைப் போல அனிச்சையாக எதிர் வினையாற்றுகிறான்."

"அதாவது - எத்தகைய சந்தர்ப்பங்களில்?"

"நாம் எப்போதும் இருப்பது போலவே, வெளிப்படையாக இருந்திட விடுங்கள், உங்களுக்கும் கென் கீட்டனுக்கும் இடையே நீங்கள் தெளிவின்றி யூகிக்கும் உறவுநிலை, முற்ற முழுக்க மறைக்கப்பட்டு, சமூகத்திற்குத் தெரியாது இருப்பது, நிச்சயம் எண்ணிப் பார்க்கக் கூடியதே. எனினும் உங்களின் குதூகலமிக்க உந்துதல் மற்றும் இருதய ரகசியங்களை புதைத்திட முடியாத இயலாமை காரணமாக, இந்த உறவினை எப்படித் தொடர முடியும் என்பதில் எனக்குச் சந்தேகங்கள் உள்ளன. தனது தாய் ஒழுக்கமின்றி வாழ்கிறாள் என யாரேனும் வம்புக்கார இளைஞன் எடுவர்ட் ஆத்திரப்படும்படி பேசிவிட்டால், எடுவர்ட் அவன் காதுகளைத் திருகி, உதைத்து விடுவான்; அவனது துணிகரத்தால் விளைவது எத்தகைய அபாயகரமான முட்டாள்தனமாயிருக்கும் என்பதை யாரறிவார்?"

"அன்னா, என்னவெல்லாம் கற்பிதம் செய்து கொள்கிறாய்? நீ வதைத்துக் கொண்டிருக்கிறாய். இரக்கத்தால் இதனைச் செய்கிறாய், ஆனால் இது குரூரமானது, தம்தாயை நிந்திக்கும் சிறுவர்கள் நடத்தைபோல அவ்வளவு கொடுமையானது..."

ரோஸலி சற்று அழுதுவிட்டாள். அவள் கைக்குட்டையைப் பற்றியுள்ள கரத்தினை பாசத்துடன் வழிநடத்தி, கண்ணீரைத் துடைத்திட அன்னா உதவினாள்.

"அபிமானமுள்ள அம்மா, மன்னித்து விடுங்கள்! உங்களைப் புண்படுத்துவதில் எவ்வளவு தயங்கினேன் தெரியுமா?! சிறுவர் பெற்றோரை நிந்திப்பது பற்றிப் பேசாதீர்கள்! பெரிதும் கர்வமிகுந்ததாகத் தொனிப்பதை எண்ணிப் பார்க்க மாட்டேன் என்றெண்ணுகிறீர்களா - உங்களது ஆனந்தம் என நீங்கள் தீர்மானித்திருப்பது குறித்து, இதமான அக்கறை கொண்டிருக்கிறேன் தெரியுமா? மற்றும் எடுவர்ட் பிரச்சனை - அவனைப் பற்றி நான் பேச நேர்ந்தது எப்படி எனத் தெரியவில்லை அவனது குடியரசுவாத கைக்கட்டை காரணமாகவே, இது நம்மை குறித்த பிரச்சனையில்லை - பொதுவாக மக்கள் சார்ந்ததும் இல்லை. இது உங்களைக் குறித்தது. நீங்களோ விசாலமான மனமுடையவர்கள் என்றீர்கள். உண்மையிலேயா? அப்பா குறித்தும் அவர் வாழ்ந்த மரபார்ந்த சில கருத்தமைவுகள் குறித்தும் பேசிக் கொண்டிருந்தோம்; உங்களை நிலை குலையச் செய்திடும் துரோகங்களால் அத்துமீறாதவை அவை. மீண்டும் மீண்டும் அவரை மன்னித்தீர்கள், ஏனெனில் அடிப்படையில், உண்மையான இழிசெயல்களுடன் சம்பந்த மற்றவை அவை என அறிந்திருந்தீர்கள் என்பதை நீங்கள் உணர வேண்டும். அவர் அதற்காகப் பிறக்கவில்லை, இருதயத்தில் அவர் ஒழுக்கங் கெட்டவரில்லை. நீங்களும் இல்லை. நான் ஒரு கலைஞர் என்ற வகையில், அதிகபட்சம், அவ்விதத்திலிருந்து திசை விலகியவள், ஆனால் இன்னொரு விதத்தில் ஒழுக்க ரீதியில் தகுதி குறைந்தவளாயிருப்பதால், என் விடுதலையைப் பயன்படுத்திடும் தகுதியற்றவள்."

“அவ்வளவு இருண்டதாக உன்னைப் பற்றிப் பேசாதே!”

“என்னிப் பற்றிப் பேசுவதுபோல உங்களைப் பற்றிப் பேசிக் கொண்டிருக்கிறேன். நான் மிகவும் அக்கறை கொண்டிருப்பது உங்களிடத்தேதான். ஏனெனில் உங்களைப் பொறுத்தவரை, அப்பாவுக்கு வீணடித்தலாயிருந்தது. புலனின்பக்கேடாயிருக்கும் நகரத்து மனிதரான அவர் தனக்கோ சமூக மதிப்பீட்டிற்கோ ஊறு விளைவிக்கவில்லை. உடலுக்கும் ஆன்மாவுக்குமிடையே ஒத்திசைவு நல்லது, தேவையானது; ஏனெனில் உங்களின் அபிமானத்திற்குரிய இயற்கை, அற்புதமானது என்று சொல்லத்தக்க விதத்தில், அதனை உங்களுக்கு வழங்கியுள்ளது. ஆனால் ஒருவரது வாழ்க்கைக்கும் உள்ளார்ந்த உறுதிப்பாடுகளுக்கும் இடையிலான ஒத்தசைவு இன்னும் தேவையானது; அது இடைஞ்சலுக்கு உள்ளாகும் போது, உணர்வோட்ட இடைஞ்சலாகி மகிழ்ச்சியின்மை ஆகிவிடும். இது உண்மையென நீங்கள் உணரவில்லையா? இப்போது நீங்கள் கனவு காண்பதை யதார்த்தமாக்கினால், உங்களுக்கு எதிராக வாழ்வதாயிருக்குமே? அடிப்படையில், அப்பா சில கருத்தமைவு களுடன் கட்டுண்டிருந்ததுபோல, நீங்கள் அப்படியே கட்டுண்டிருக்கிறீர்கள்; அவ்விசுவாசம் அழிக்கப்படுவது உங்கள் அகத்தை அழிப்பதற்குக் குறைந்தது இல்லை... இதனைப் பதற்றத்துடன் உணர்கிறேன் என்கிறேன். ‘அழிவு’ என்னும் வார்த்தை ஏன் என் உதடுகளுக்கு வருகின்றது? கவலையில் இதற்கு முன் இச்சொல்லை பயன்படுத்தியுள்ளேன். - ஒரு முறைக்கு மேலாக அவ்வுணர்வைக் கொண்டிருக்கிறேன். சந்தோஷமான பலிகடாவாக நீங்கள் உள்ள, இந்த ஒட்டு மொத்த தெய்வ தண்டனை அழித்தலுடன் தொடர்பு கொண்டது என ஏன் உணர்ந்து கொண்டே இருக்க வேண்டும்? உங்களிடம் ஒன்றை வெளியிட்டாக வேண்டும். சமீபத்தில் சில வாரங்களுக்கு முன்னர்தான், எனதறையில் அன்றிரவு நாம் தேநீர் அருந்தி, நீங்கள் பரபரப்பாகிட, நம் பேச்சினை முடித்து வெளியேறியதும், டாக்டர் ஒபெர்லோஸ்காம்பை பார்க்கத் தோன்றியது. எடுவர்டுக்கு மஞ்சள் காமாலை கண்டபோது கவனித்தவர் அவர்; எனக்கு குரல் வளை வீக்கம் கண்டு

எதையும் விழுங்க முடியாதபோது சிகிச்சை தந்தவர் - உங்களுக்கு மருத்துவர் தேவையில்லை; உங்களின் காரணமாக என் மனதிற்கு நிம்மதி தேடுவதற்காகவே உங்களைக் குறித்தும் என்னிடம் வெளிப்படுத்தியது பற்றியும் அவரிடம் பேசிடத் தோன்றிற்று. ஆனால் அந்த யோசனையை நிராகரித்து விட்டேன், கர்வம் காரணமாக; உங்களிடத்தேயும் உங்களுக்காகவும் கர்வம் காரணமாக; ஏனெனில் உங்கள் அனுபவத்தை ஒரு மருத்துவரிடம் பேசுவது எனக்கு இழிவுபடுத்துவதாகத் தோன்றிற்று; காமாலைக்கும் குரல்வளை வீக்கத்திற்கும் சிகிச்சையளித்திட மருத்துவர் போதும் ஆனால் கடுமையான நோய்களுக்கு அல்ல. எனது அபிப்பிராயத்தில் மருத்துவரால் குணப்படுத்த முடியாத நோய்கள் உன்னை"

"என்னைக் குறித்து ஓபெர்லோஸ்காம்பிடம் பேச வேண்டும் என்று தோன்றியதற்கும் அத்தூண்டுதலை அடக்கிக் கொண்டதற்கும் நன்றி, குழந்தையே. ஆனால் நீ எனது தெய்வ தண்டனை - எனது பெண்மையின் இந்த ஈஸ்டர், என் உடலுக்கு ஆன்மா செய்திருப்பது - என்பதற்கும் நோய் எனும் கருத்தமைவுக்கும் இடையே மிக லேசான தொடர்பினை ஏற்படுத்துமாறு எது உன்னைத் தூண்டியிருக்கும்? நிச்சயமாக இது லேசான மனநிலையும் இல்லை, இது வாழ்தல், ஆனந்தத்திலும் துயரிலும் வாழ்தல் மற்றும் வாழ்தல் என்பது நம்பிக்கை - என்னால் விளக்கம் தர முடியாத நம்பிக்கை."

"பிரியமான அம்மா, எந்த விளக்கத்தையும் உங்களிடமிருந்து நான் கேட்கவில்லை."

"அப்படியானால் இப்போது போகலாம். நான் ஓய்வெடுக்கிறேன். இத்தகைய பரபரப்பான தினங்களில் பெண்களாகிய நமக்குச் சிறிது தனிமை நமக்குச் சுட்டிக் காட்டப்படுகிறது."

அன்னா அம்மாவுக்கு முத்த மிட்டதும், அவ்வறையிலிருந்து வெளியேறினாள். பிரிந்த இவ்விரு பெண்களும் தற்போது தாங்கள் உரையாடியது குறித்து சிந்தித்தனர். தன் மனதில் இருந்ததையெல்லாம் அன்னா சொல்லியிருக்கவில்லை. சொல்ல

முடியவுமில்லை. எவ்வளவு நாட்களாக தன் அம்மா தன் பெண்மையின் ஈஸ்டர் என்று கூறி வருவாள் என வியப்புற்றாள் - நெகிழ வைக்கும் புத்துயிர்ப்பு அவளிடம் நீடிக்குமா? மற்றும் கென் அவளுக்கு இணங்கினால், எவ்வளவு காலம் அது நீடிக்கும்? தன் வாழ்வில் தாமதமாக காதல்வயப்பட்டுள்ள தன் அம்மா, ஒவ்வொரு யுவதியும் ஆட்படுகின்ற மனத்துடிப்புக்கு அவ்வளவு சீராக ஆட்படுவாள் - முதல் நாளிலிருந்தே, அவனது விசுவாசத்திற்கும், அவனது மரியாதைக்கும் கூட! குறைந்த பட்சம், அவள் மகிழ்ச்சியை வெறுமனே இன்பமாயும் உல்லாசமாயும் கருதாது, துயரம் சேர்ந்த வாழ்வாக எண்ணியது அவளுக்கு நன்மையாயிருந்தது. ஏனெனில், தன் அம்மா கனவு கண்டதில் பெரும் துயரத்தை அன்னா முன்னுணர்ந்தாள்.

தான் அனுமதித்திருந்ததை விடவும் கூடுதலான கண்டனங்களை அன்னா முன் வைத்தது கண்டு, ரோஸலி ஈர்க்கப்பட்டாள். சில குறிப்பிட்ட சந்தர்ப்பங்களில் எடுவர்ட், அவளின் கண்ணியத்தின் பொருட்டு, தன் இளம் வாழ்வை பணயம் வைக்க வேண்டியிருக்கும் என்பதில்லை - அது ஒரு புனைவியல் தன்மையிலான கருத்தே; அது குறித்து அவள் அழுதாலும், உண்மையிலேயே பெருமிதத்தால் அவள் இருதயம் துடித்தது. புலனின்பவேட்கை, ஒருவரது வாழ்க்கைக்கும் அவரது தார்மிக உறுதிப்பாடுகளுக்கு மிடையிலான ஒத்திசைவு குறித்து பேசியிருந்த, 'விசாலமனநிலை'யில் அன்னாவுக்கு இருந்த சந்தேகங்கள், ரோஸலியின் ஓய்வு நாள் முழுதும் அவளை ஆக்கிரமித்துக் கொண்டன; தன் மகளின் சந்தேகங்கள் நியாயமானவை, அவற்றில் உண்மை உண்டு என்பதை அவளால் ஒத்துக் கொள்ளாது இருக்க முடியவில்லை. இத்தகு புதிய சந்தர்ப்பங்களில் மீண்டும் தன் அபிமானத்திற்குரியவனை சந்திக்கின்ற எண்ணத்தால் எழும் மனப்பூர்வமான மகிழ்ச்சியை அவளால் அழுத்திவைக்கவும் முடியவில்லை. ஆனால் 'தன்னுடன் முரண்பட்டு வாழ்தல்' என்பது குறித்து புத்திசாலித் தனமிக்க, தன் மகள் கூறியதை நினைத்துப் பார்த்து, சிந்தித்தாள்; வைராக்கியத்தை சந்தோஷத்துடன் தொடர்புபடுத்திட தன் ஆன்மாவில் முயன்றாள். ஆம், வைராக்கியம் பரிதாபமிக்க

அவசியமாக இல்லாது போனால், வைராக்கியமே சந்தோஷமாக இருக்க முடியாதா, ஆனால் சுதந்திரமாயும் பிரக்ஞைபூர்வ சமத்துவத்திலும் மேற்கொள்ளப்படுமா? அப்படி இருக்க முடியும் என்ற முடிவை ரோஸலி அடைந்தாள்.

ரோஸலியின் மிகப்பெரும் உடலியல் மறு உறுதிப்பாட்டிற்கு மூன்று தினங்கள் கென், டும்லெர்கள் இல்லத்திற்கு வந்தான், எடுவர்டுடன் ஆங்கிலம் வாசித்தான், பேசினான், இரவுச் சாப்பாட்டிற்குத் தங்கினான். அவனது இனிய, சிறுவனின் முகம், நேர்த்தியான பற்கள், அகன்ற தோள்கள், குறுகிய இடுப்பு என்பவற்றால் அவளடைந்த சந்தோஷம், அவளது இனிய விழிகளில் பிரகாசித்தது; அவற்றின் பளிச்சிடும் உயிரோட்டம், செயற்கையான சிவப்பு சாயத்தை கன்னங்களில் பூசியிருந்ததை நியாயப்படுத்திற்று எனலாம் அந்த ஆனந்தமான கனலுக்கு, அவளது முகத்தின் வெளிறிய தன்மை முரண்பட்டிருக்கும். இத்தடவை, கென் வந்த ஒவ்வொரு முறையும், அவனை வரவேற்கையில் அவனது கையைப் பற்றி, தனக்கு நெருக்கமாக அவனை இழுத்து, அதே வேளையில் நேரிய தன்மையிலும், ஒளிரும் தன்மையிலும் அவன் விழிகளுக்குள் நோக்கினாள் - தான் அடைந்திருந்த அனுபவத்தை அவ்விளைஞனிடம் சொல்ல விரும்பியதான மனப்பதிவை அன்னா பெறவேண்டும் என்பதற்காக, அபத்தமான புரிதல்! அது எதுவும் நிகழவில்லை, அம்மாலையில் எஞ்சிய நேரமெல்லாம் இளம் விருந்தினன் சார்ந்த அவ்வில்லத்தரசியின் அணுகுமுறை தூயதாயிருந்தது; ஒருமுறை அவள் தன் மகளை இம்சித்த தாய்மை எழுந்த நிலை கொண்ட அன்பான தன்மையும், அது போன்றே, எந்த மிதப்புணர்வும் நடுக்கமும் வலிதரும் பணிவும் இல்லாதிருந்தன.

இந்நரைத்துவிட்ட ஆனால் வசீகரிக்கும் அய்ரோப்பியப் பெண்ணை வென்று திருப்தியடைந்திருந்த கீட்டன், அவளது நடத்தையிலான மாறுதலை எப்படி எடுத்துக் கொள்வது என அறியாதிருந்தான். அவளின் பலவீனத்தை அறிந்ததும், அவள் மீதான அவனது மரியானது, புரிந்து கொள்ளத்தக்க விதத்தில், குறைந்தது; மறுபுறத்தே அவளோ அவனது ஆண் தன்மையை

கவர்ந்திழுத்து பரபரப்படைந்தாள்; அவனது எளிய இயல்பு அவனிடத்தே அனுதாபத்துடன் உணர்ந்தது, இளமை மிகுந்த, ஊடுருவும் பார்வையுள்ள இத்தகு அழகான விழிகள், 50 ஆண்டுகளுக்கும் வயதேறிய கைகளுக்கும் உரித்தானவையே என்று கருதினான். அவளுடன் காதல் விவகாரத்தில் ஈடுபடும் கருத்து, சிறிது காலமாகவே அவன் மேற்கொண்டிருப்பது போன்றது - அமெலி (அ) லூயி பிங்ஸ்டனுடன் அல்லாமல், அதே வட்டாரத்தினைச் சேர்ந்த இன்னொருத்தியுடன் - அவனுக்குப் புதிதில்லை; குறைந்தபட்சம் இப்போதும் மீண்டும், தன் மாணவனின் தாயுடனான தன் அணுகுமுறையை மாற்றிக் கொள்ளவும் சீண்டும் விதத்தில் சாகச தொனியில் பேசவும் தொடங்கியிருந்ததை அன்னா கவனித்தாள்.

ஒரு போதும் அமைதியாய் இராத இந்த நல்ல பையன் சீக்கிரமே தன்னை சரிசெய்து கொண்டான். ஒவ்வொரு சந்திப்பின் தொடக்கத்திலும், அவனை நெருக்கமாக அவள் இழுத்து, தம் உடல்கள் அநேகமாக ஒட்டிக் கொண்ட போதும், அவன் விழிகளுக்குள் அவள் நெருக்கமாக, ஊடுருவிப் பார்த்தபோதும், இத்திசையிலான அவனது சோதனைகள், நட்பார்ந்த ஆனால் திடமான கண்ணியத்தை எதிர் கொண்டன; அது அவனை சரியாக நிறுத்திற்று, அவன் நிறுவ விரும்பியதை விலக்கிற்று; உடனே அவனது பாவனைகளைப் போக்கி, அவனது அணுகுமுறையை சரணடைதலாக குறைத்துச் சுருக்கிற்று. மீண்டும் மீண்டும் நிகழ்ந்த அனுபவத்தின் அர்த்தம் அவனிடமிருந்து தப்பிச் சென்றது.. "என்னிடம் காதல் கொண்டிருக்கிறாளா இல்லையா?" எனத் தன்னையே கேட்டுக் கொண்டான். நொண்டிப்பெண் மற்றும் பள்ளிச் சிறுவன் ஆகிய தன் பிள்ளைகள் முன் அவளது எதிர்ப்புகளுக்கும் நிராகரிப்பு களுக்கும் குற்றஞ் சாட்டினான். ஆனால் ஒருமுறை வரவேற்பறை மூலையில் சிறிதுநேரம் தனித்திருந்தபோது, அவனது அனுபவம் வேறுபட்டிருக்கவில்லை - மற்றும் தன் விநோதங்களையெல்லாம் கைவிட்டு, தனது நெருங்கும் தன்மையை மாற்றிக் கொண்டு, மென்மையான, அழுத்தமான வேட்கை மிக்க தொனியைத் தந்த போதும் வேறுபட்டிருக்கவில்லை. அவளை ரோஸலி என

கதகதப்பளிக்கும் குரலில் அழைத்ததும், அவனது அமெரிக்கப் பார்வையில், குறிப்பிட்ட சுதந்திரமாகக் கூட இல்லை. ஒரு கணம் அவள் வெட்கப்பட்டாலும், அவள் உடனே எழுந்து சென்று விட்டாள் எஞ்சிய அம்மாவையில் அவனிடம் எதுவும் பேசாமல், பார்க்காமல் இருந்தாள்.

இதமாக இருந்த குளிர்காலம், சில்லிட்ட தட்பவெப்ப நிலையினையும் பனியினையும் கொண்டு வரவில்லை, மழை அந்த ஆண்டு சீக்கிரம் முடிவுக்கு வந்தது. பிப்ரவரியிலும் வசந்தத்தை நினைவூட்டும் கதகதப்பான வெயிலடிக்கும் தினங்கள் இருந்தன. அங்குமிங்கும் கிளைகளில் இலை மொட்டுகள் துளிர்த்தன. தன்தோட்டத்தில் பனித்துளிகளை நேசத்துடன் வரவேற்றிருந்த ரோஸலியால், வழக்கத்திற்கு மாறாக மிகச் சீக்கிரமாகவே, பருவத்திற்கு முன்பே அனேகமாக, டேஃபடில் மலர்களில் ஆனந்தமடைய முடிந்தது; சீக்கிரமே குரோகூஸ்[4] தாவரமும் பூத்து விட்டது; இல்லங்களின் முன் தோட்டங்களில் மற்றும் அரண்மனைத் தோட்டத்தில் எங்கு பார்த்தாலும் பூத்திருந்தது. கடந்து போவோர் அதைப் பார்த்ததும் ஒருவருக்கு ஒருவர் சுட்டிக் காட்டினர், அது அவர்களுக்கு விருந்தாகியது.

"இது குறிப்பிடத்தக்கதாயில்லையா? இலையுதிர்கால கொல்சிகத்தை[5] எந்த அளவுக்கு இது ஒத்திருக்கிறது? அதே மலர்தான்! முடிவும் தொடக்கமும் - ஒன்றை மற்றதாக எடுத்துக் கொள்ள முடியும், ஒன்று போல இருக்கும் - இலையுதிர் காலத்தில் குரோகஸ் முன் இருப்பதாக உணரக் கூடும், ஆண்டின் கடைசி மலரைப் பார்த்ததும் வசந்தம் வந்து விட்டதாக நம்பக் கூடும்."

"ஆம், லேசான குழப்பம். உங்களது பழைய அன்னை இயற்கை, தெள்ளத் தெளிவானதிற்கும் மர்மப் படுத்தலுக்கும் வசீகரத்தன்மை கொண்டுள்ளது." என்றாள் அன்னா.

"சில்மிஷம் கொண்ட குழந்தையே, உனக்கு எப்போதும் இயற்கைக்கு எதிராக உடனே பேசிவிட வேண்டும், நான் வியப்புக்கு ஆட்படுகையில் பரிகசிப்பாய். இயற்கையிடத்தேயான

எனது மெல்லுணர்வை, அதிலும் இப்போது என் பருவத்தை அது கொண்டு வந்துள்ள போது உன்னால் சிரிக்க இயலாது - என் பருவம் என்கிறேன் ஏனெனில் நாம் பிறந்துள்ள பருகாலம் குறிப்பாக நமக்கு நெருக்கமானது, நாம் அதனை ஒத்திருக்க முடியாது. நீயொரு நல்வாய்ப்பான குழந்தை, நல்ல லக்கினத்தில் வந்து சேர்ந்தாய் என உண்மையிலேயே கூற முடியும், உனக்கும் அப்பருவ காலத்திற்குமிடையே இனிய நெருக்கத்தை நீ உணர முடியும்; அப்பருவம் குளிராக இருப்பினும் சந்தோஷத்தையும் கதகதப்பையும் எண்ணுமாறு செய்கிறது. உண்மையிலேயே, என் அனுபவத்தில், நமக்கும் நம்மை உருவாக்கிய பருவ காலத்திற்குமிடையே அனுதாபமிக்க உறவுநிலை உண்டு. நம் வாழ்வை உறுதிப்படுத்தும் வலுப்படுத்தும் புதுப்பிக்கும் ஒன்றை அது கொண்டு வருகிறது, வசந்தம் எனக்கு எப்போதும் செய்துள்ளது போல - அது வசந்தமாய் இருப்பதால் அல்ல, ஆண்டின் உச்சமாக இருப்பதால் அல்ல, அது ஒவ்வொருவரும் நேசிக்கும் பருவம் என்கிறார் கவிஞர்; தனிப்பட்ட முறையில் அதனைச் சேர்ந்தவள் நான், தனிப்பட்ட முறையில் என்னைப் பார்த்து புன்னகைக்கிறது என்றுணர்கிறது."

"பிரியமான அம்மா, உண்மையில் அது புன்னகைக்கவே செய்கிறது. அதற்கு எதிராக ஒரு வார்த்தை பேசமாட்டேன் என்பதால் நிம்மதி நிச்சயம்."

ஆனால் ரோஸலி பழகிப் போயிருந்த வாழ்வின் எழுச்சி (அ) அவள் பழகிப்போயிருந்ததாக நம்பியது, 'அவளது' பருவத்தின் நெருக்கம் மற்றும் மலர்ச்சியிலிருந்து, பெறுவது, வழக்கம் போல தன்னை வெளிக்காட்டிக் கொண்டிருக்க வில்லை என்பதைக் குறிப்பிட்டாக வேண்டும் தன் மகளுடனான உரையாடல் தன்னிடத்தே ஏற்படுத்திய தார்மீக உறுதிப்பாடுகளை, அவள் நேரிடையாக பின்பற்றினாள், அது அவளுக்கு எதிராய் இருந்தது; அவற்றை மீறியும் (அ) அவற்றின் காரணமாகவே, தன்னுடன் முரண்பட்டு வாழ்ந்தாள். அன்னா துல்லியமாக அடைந்த மனப்பதிவு இதுவே, தன்னடக்கம் வேண்டும் என அம்மாவை வற்புறுத்தியதற்காக, நொண்டுகின்ற

பெண் தன்னையே நிந்தித்துக் கொண்டாள்; அவளது தாராளமான வாழ்க்கைப் பார்வையே அதனைக் கோரவில்லை; ஆனால் பிரியமிக்க அப்பெண்ணின் நிம்மதிக்கு மட்டும் அது இன்றியமையாததாகத் தோன்றிற்று. இன்னும் சொல்வதென்றால், ஒத்துக் கொள்ளப்படாத தீய நோக்கங்கள் இருக்குமோ என அவளே தன்னைக் குறித்து சந்தேகப்பட்டாள். முன்னர் புலனின்பத்திற்காகத் துயருடன் ஏங்கி, ஒருபோதும் அதனை அனுபவிக்காமல், தன் தாயிடத்தே ரகசியமாக வருத்தப் படாதிருந்த அவள், ஊதிப் பெருக்கிய வாதங்களால் ஒழுக்க நெறிக்கு அம்மாவை வற்புறுத்தினோமோ என தன்னையே கேட்டுக் கொண்டாள். முடியாது, இதனை அவளால் ஏற்றுக் கொள்ளமுடியாது, இருப்பினும் அவள் கண்டது அவளின் மனச்சாட்சியை சஞ்சலப்படுத்திற்று, கனமாக்கிற்று.

தான் பெரிதும் நேசித்த நடையை மேற்கொண்ட ரோஸலி சீக்கிரமே சோர்ந்து போய் இருந்த போது, செய்ய வேண்டிய வீட்டு வேலைகள் இருப்பதாகக் கண்டறிந்து வீடு திரும்புமாறு அரைமணி நேரத்திலேயே வலியுறுத்தியதை அன்னா பார்த்தாள். ரோஸலி நிறைய ஓய்வெடுத்தாள்; உடலியல் செயல்பாட்டின் இவ்வரம்பு இருந்தும், அவள் எடை இழந்தாள்; அவளது முன்னங்கைகளின் மெலிவைக் கண்டு அன்னா கவலைப்பட்டாள். அவள் அருந்துவது எந்த நீரூற்றில் என மக்கள் வினவுவது நின்று விட்டது. அவளது கண்களின் அடியில், கேடான, சோர்வான நீலம் இருந்தது; அவ்விளைஞனுக்காகவும் தன் பெண்மை திரும்பியதற்காகவும் தன் கன்னங்களில் அவள் பூசிக் கொண்ட ஒப்பனைப் பொருள் அவளது சருமத்தின் மஞ்சள் கலந்த வெளிறிய தன்மையை எதிர்த்து ஏதும் செய்ய முடியாதிருந்தது. எப்படி இருக்கிறீர்கள் என யாரேனும் வினவினால், நன்றாகத்தானே இருக்கிறேன். வேறு விதமாக ஏன் நினைக்கின்றீர்கள்? என ஒதுக்கித் தள்ளினாள். தன் தாயின் நலிவு குறித்து ஆராயுமாறு டாக்டர் ஓபெர்லோஸ்காம்பை கேட்டுக் கொள்ளும் எண்ணத்தை அன்னா கைவிட்டாள். இம்முடிவுக்கு அவளை இட்டுச் சென்றது குற்ற உணர்வு மட்டுமல்ல; பக்தியும் ஒரு பங்கு வகித்தது -

மருத்துவரால் குணப்படுத்த முடியாத நோய்களும் உண்டு என்று அவள் கூறியதும், அவள் வெளிப்படுத்தியிருந்த அதே பக்தி.

எனவே, ஒரு மாலை வேளையில் தங்கள் ஓயினை ரசித்துக் கொண்டிருந்த போது, ரோஸலி, அவளது பிள்ளைகள், அங்கு இருக்க நேர்ந்த கீட்டன் ஆகியோரால் ஏற்கப்பட்டிருந்த, சிறிய திட்டத்தில் ரோஸலி வெளிப்படுத்திய நம்பிக்கையும் உத்வேகமும் கண்டு அன்னா ஆனந்தமடைந்தாள். ஆச்சரியகரமான செய்தியைக் கேட்கும் பொருட்டு. தாயின் படுக்கை அறைக்கு அன்னா காலை வேளையில் அழைக்கப்பட்டு, ஒரு மாதம் கூட ஆகிவிடவில்லை. பழைய தினங்களில் இருந்தது போன்றே, அம்மாலையில் ரோஸலி வசீகரமாயும் கலகலப்பாவும் காணப்பட்டாள்; அவர்கள் ஒத்துக் கொண்டிருந்த சுற்றுலாவை பிரதானமாக முன்வைத்தவராக அவளைக் கருத முடியும்; வரலாறு பற்றிய கென் கீட்டனின் அரட்டையே அக்கருத்துக்கு இட்டுச் சென்றதால், கென் கீட்டனுக்கு அப்பெருமை தரப்படாதிருந்தால். உப்பர், பொர்ன்ஸ்பெர்க், எரெஸ்வோவன், ஜிம்ஹார்ன், ஹாம்பர்க், க்ரோட்டார்ஃப் எனத் தான் சென்று வந்த பலவேறான கோட்டைகள் - அரண்கள் பற்றி அவன் பேசியிருந்தான். பேச்சு இதிலிருந்து எலெக்டர் கார்ல் தியோடர் பக்கம் திரும்பிற்று; அவர் 18ஆம் நூற்றாண்டில், டஸ்ஸல்டோர்ஃபிலிருந்து தன் அரசவையை முதலில் ஸ்வெட்ஸிங்கெனுக்கும் அப்புறம் மூனிக்கிற்கும் கொண்டு சென்றார்; ஆனால் அது க்ரோட்ஸ்டீயன் என்னும் பிரபுவை அனைத்துவிதமான முக்கிய கட்டிடக்கலை - தோட்டக்கலைத் திட்டங்களை இங்கே மேற்கொள்வதினின்றும் தடுக்கவில்லை; அவரது ஆட்சியில்தான் எலெக்ட்ரல் அகாதெமி ஆஃப் ஆர்ட்ஸ் திட்டம் உருக்கொண்டது, பேலஸ் கார்டனுக்கு அடித்தளம் இடப்பட்டது மற்றும் ஜாகர்ஹோஃப் கோட்டை நிர்மாணிக்கப்பட்டது - மற்றும் நகருக்குத் தெற்கிலுள்ள சிறிய கிராமம் ஹோல்டர்ஹோஃப் அருகே அதே பெயரிலான கோட்டை இப்பட்டியலில் எடுவர்டால் சேர்க்கப்பட்டது. கீட்டனும் அதனை உறுதிப்படுத்தினான். ஆனால் ரோகோகோ பாணி[6]யிலான கோட்டைக்கோ, ரைன்

நதிவரை நீண்டிருந்த அதன் பூங்காவுக்கோ தான் சென்றிராதது அவனுக்கு திகைப்பைத் தந்தது. ரோஸலியும் அன்னாவும் அங்கே ஓரிருமுறை சென்றிருந்தனர் ஆனால் அவர்கள் வசீகரமாய் அமைந்துள்ள கோட்டையின் உட்புறத்தைப் பார்க்கவில்லை; எடுவர்டும் பார்க்கவில்லை.

ரோஸலி 'அதிசயங்கள் நின்றுபோகாதிருக்கட்டும்!' என்றாள் வேடிக்கையாக ஒருவர் அங்கு சென்றதே இல்லை, மற்றவர்கள், கோட்டையின் மணிபோன்றதான உட்புறத்தைப் பார்த்திருக்கவில்லை - ஒவ்வொரு சுற்றுலாப் பயணியும் அதைப் பார்த்தே ஆகவேண்டுமென்று வற்புறுத்துவார்! பிள்ளைகளே இது நீண்ட நாட்களாக இழுத்துக் கொண்டு போகிறது, இப்படியே விடக்கூடாது; நம் நால்வருக்கும் ஹோல்டர்ஹோஃப்-க்கு ஒரு சுற்றுலா! அடுத்த நான்கு நாட்களுக்குள் போவோம்! இப்போது அது மிக அழகாக இருக்கிறது. இப்பருவம் அவ்வளவு வசீகரமாய் உள்ளது, தட்பவெப்பம் சீராகத் தெரிகிறது. பூங்காவில் மொட்டுக்கள் மலர்ந்து கொண்டிருக்கும்; வசந்தத்தில் இனிதாயிருக்கலாம். இப்போது கருப்பு அன்னங்கள் மீது திடீரென ஏக்கம் வருகிறது - தம் சிவந்த அலகுகளுடனும் துடுப்புப் போன்ற பாதங்களுடனும் அவ்வளவு துயரமிக்க பெருமிதத்தில் அகழிகளில் மிதந்து சென்றது உனக்கு நினைவிருக்கும், அன்னா. நாம் அற்றிற்கு இரைபோடுகையில், அருள்பாவித்தலில் தம் பசியை எப்படி மறைத்துக் கொண்டன! அவற்றிற்காக நாம் கொஞ்சம் ரொட்டி எடுத்துச் செல்ல வேண்டும்... பார்க்கலாம், இன்றைக்கு வெள்ளிக்கிழமை - ஞாயிறன்று செல்வோம், சரியா? எடுவர்டுக்கு ஞாயிறுதான் பொருத்தமாயிருக்கும், கீட்டனுக்கும் ஞாயிறன்று கூட்டமா யிருக்கும் நிச்சயமாக, ஆனால் அது ஒன்றும் பிரச்சனையில்லை, ஞாயிறன்று மக்களுடன் சேர்ந்து விடுவது சந்தோஷமே, ஏதாவது நடக்கும் இடத்தில் இருப்பது பிடிக்கும் - துரித உணவு மணம் வீச, குழந்தைகள் அய்ஸ்கிரீமை தின்றபடி சர்க்கஸ் கூடாரங்களின் முன்னே திரண்டுள்ள, ஒபெர்காஸ்ஸெனின் திருவிழா மையங்களில் இருப்பது பிடிக்கும் - பாமரமக்கள் கலகலப்பாய் சந்தோஷத்தில் ஆரவாரித்துக் கொண்டிருப்பதைப்

பார்க்கப் பிடிக்கும். அது அதிசயமானது. அன்னாவோ அதனை வேறு விதமாகப் பார்க்கிறார்.

அவளுக்கு அது வேதனையளிக்கும். அகழியின் கருப்பு அன்னங்களின் மேட்டுக்குடி வேதனையை நீ தெரிவுசெய்வாய், தெரிவு செய்து கொள்... எனக்கொரு உத்வேகம், நீரில் செல்வோம்! நிலத்தின் மீது ரயிலில் போவது சலித்துவிட்டது. மரமோ திறந்த வெளியோ இல்லாமல் பயணிப்பது. நீரில் மிக குதூகலமாயிருக்கும் என்று கூறும் ரைன் நதி. படகுச் சேவை கால அட்டவணை கிடைக்குமா? என்று பார், எடுவர்ட். (அ) சற்று ஆடம்பரத்தை விரும்பினால், ரைன் மீது சென்றிட இயந்திரப் படகை அமர்த்திக் கொள்வோம். அப்போது கருப்பு அன்னங்கள் போல, நிம்மதி யாயிருப்போம்... காலையில் செல்ல விரும்புகிறோமா (அ) பிற்பகலில் விரும்புகிறோமா என்பதைப் பொறுத்து இருக்கிறது.

எல்லாரும் காலையில் செல்வதில் ஒத்துப் போயினர். எதுவாயினும், பிற்பகலின் ஆரம்பத்திலேதான் பார்வையாளர்கள் கோட்டைக்குள் அனுமதிக்கப்படுவார்கள் என்று எடுவர்ட் கேள்விப்பட்டிருந்தான். அப்படியானால் அவர்கள் ஞாயிறு காலையில் செல்ல வேண்டும். ரோஸலியின் உற்சாகத்தால் ஏற்பாடுகள் சீக்கிரமே முடிந்து கிளம்பத்தயாராக இருந்தனர். இயந்திரப் படகை செலுத்தும் பொறுப்பு கீட்டனுடையது. நாளை மறுநாள் ஒன்பது மணிக்கு, மணிக்கூண்டு அருகிலுள்ள ரத்தாவ்ஸ் முனையில் அவர்கள் சந்தித்து கொள்ள வேண்டும்.

அப்படியே சந்தித்தனர். அதுவெயிலும் காற்றும் அடிக்கின்ற காலைப்பொழுது. படகுத் துறையில் குழந்தை குட்டிகளுடன் கூட்டம் நெருக்கியடித்தது; கூடவே எடுத்துச் செல்லவேண்டிய சைக்கிள்களுடன், டும்லெர்களுக்கு இயந்திரப் படகு தயாராக இருந்தது. காது மடல்களில் வளையங்கள் அணிந்து, மீசை மழிக்கப்பட்டு, மாலுமியின் சிவப்புத் தாடி கொண்ட அதன் பொறுப்பாளர் பெண்கள் படகிலேற உதவினார். ஆற்றின் நீரோட்டத்தை எதிர்த்துச் செல்ல, படகு நேரம் எடுத்துக் கொண்டது - பழைய கோட்டையின் கோபுரம், லாம்பர்டுஸ்கிர்கேயின் சரிந்த

கோபுரம், துறைமுக கட்டிடங்களைத் தாண்டிச் சென்றது. அடுத்த வளைவில் இதே போன்ற கோட்டை, கோபுரம், கட்டிட அமைப்புகள், அத்துடன் திட்டங்கள், ஆலைகள். சிறிதுசிறிதாக, கல்லரண்களின் பின்னே, கிராமப்புறப்பகுதி அதிகமானது. குக்கிராமங்கள், பழைய மீன்பிடிக்கிராமங்கள் அணைகளால் பாதுகாக்கப்பட்டிருந்தன. அவற்றின் பெயர்களை கீட்டன் அறிந்திருந்தான். அடுத்தது புல்வெளிகள், வயல்கள், வில்லோ மரப்புதர்கள், குளங்களின் நிலப்பகுதி. அவர்கள் தம் இலக்கினை எட்ட ஒன்றரை மணி நேரம் இருந்தது. புறநகர்ப் பகுதிகளினூடே நொடிப் பொழுதில் இலக்கினை எட்டுவதற்குப் பதிலாக, இதனைத் தெரிவு செய்தது எவ்வளவு சரியானது என ரோஸலி வியப்புற்றாள்! நீரில் பயணிப்பதை அதன் ஆதார வசீகரத்தை அவள் அனுபவித்தாகத் தோன்றிற்று. கண்களை மூடியபடி ஒரு ஆனந்தமான மெட்டினைப் பாடினாள் - "நீர்க்காற்றே, உன்னை நேசிக்கிறேன்; என்னை நேசிக்கிறாயா, நீர்க்காற்றே?" அவளின் முகம் மெலிவுற்றது; இறகுடன் சேர்ந்த துணித் தொப்பி, சாம்பலும் சிவப்புமான கோட் அவளுக்குப் பொருத்தமாயிருந்தன. அன்னாவும் எடுவர்டும் கூட கோட் அணிந்திருந்தனர்; தாய்க்கும் மகளுக்குமிடையில் அமர்ந்திருந்த கீட்டன் மட்டும் ஜாக்கெட்டின் கீழே கம்பளிச் சட்டையில் திருப்தி கொண்டிருந்தான். அவனது கைக்குட்டை தொங்கியதை திடீரென்று பார்த்த ரோஸலி, அவனது மார்புச் சட்டையில் அதனைத் திணித்தாள்.

கண்டிக்கும் பாவனையில் தலையசைத்து, கண்ணியமாயிருக்க வேண்டும்! என்றாள்.

நன்றி தெரிவித்த கீட்டன், அவள் பாடியது என்ன பாடல் என வினவினான்.

"நான் பாடியது பாடலா? அது ஒரு மெட்டுதான், பாடவில்லை" என்றவள், மீண்டும் கண்களை மூடி, உதடுகளை அசைக்காமலேயே பாடினாள்: "உன்னை நான் எப்படி நேசிக்கறேன், நீர்க்காற்றே!"

அப்புறம் மோட்டாரின் இரைச்சலினூடே அரட்டை அடிக்கத் தொடங்கினாள், காற்றினாள் தூக்கி எறியப் படவிருந்த தொப்பியை அடிக்கடிப்பற்றிக் கொண்டாள் - ரைன் நதிப் பயணத்தை ஹோல்டர்ஹோஃப் தாண்டி, லெவர்குஷன் மற்றும் கொலோனுக்கும், அங்கிருந்து போன் நகரைக் கடந்து, கோட்ஸ்பெர்குக்கும் பேட் ஹோன்னெஃபுக்கும் எப்படிச் சென்று சேர்வது என வியந்தாள். திராட்சை தோட்டங்கள், பழத்தோட்டங்களினிடையே அவ்விடம் அழகாயிருந்தது; மூட்டு வலியைக் குணப்படுத்தும் தாதுநீரூற்று அங்கிருந்தது. இப்போது அன்னா, தாயைக் கவனித்தாள்; ரோஸலி அவ்வப்போது இடுப்பு வலியால் வேதனைப் பட்டாள்; கோடையின் ஆரம்பத்தில் அத்தகைய நீரூற்றுக்கு தன் தாயை இட்டுச் செல்ல வேண்டும் என ஓரிரு முறை அன்னா எண்ணியதுண்டு. நலமளிக்கும் அந்நீரூற்று பற்றி அவள் அரட்டையடித்தது அனிச்சையாகத் தோன்றிற்று; வீசிய காற்றில் மூச்சைப் பிடித்துக் கொண்டு பேசினாள்; இப்போது கூட தன் தாய் வலியிலிருந்து விடுபட்டிருக்க வில்லை என அன்னா கருதினாள்.

ஒரு மணிநேரத்திற்குப் பின் அவர்கள் காலை உணவாக சாண்ட் விச்சுகள் தின்று ஒயின் அருந்தினர். படகினை நிறுத்தும் இடத்திற்கு அவள் கிளம்பியபோது மணி 11.30; அவ்விடம் கோட்டை மற்றும் பூங்காவின் அருகே, ஆற்றுக்குள் நிறுவப்பட்டிருந்தது. திரும்புவது நிலத்தில் மேல் செல்லும் ரயிலில் வைத்துக்கொள்வது லகுவானது என்றெண்ணிய ரோஸலி, படகுக்காரருக்குப் பணம் தந்தாள். அப்பூங்கா ஆறுமுழுவதும் நீண்டிருக்கவில்லை. ஒரு புல்வெளியினூடே ஈரமான நடைபாதையில் அவர்கள் செல்ல வேண்டியிருந்தது; நன்கு பராமரிக்கப்பட்ட, வணங்கத்தக்க நிலப்பகுதி அவர்களை வரவேற்றது. பெஞ்சுகள், உயர்ந்த விருட்சங்களின் நிழற்சாலைகள், பெரும்பாலான விருட்சங்களில் மொட்டுகள் அரும்பியிருக்க, பல இன்னும் துளிர்ப்பு நிலையில் இருக்க, வெவ்வேறு திசைகளில் சென்றன அச்சாலைகள் - நேர்த்தியாக பாவப்பட்ட கற்களுடனுள்ள நடைபாதைகள், மரக்கிளைகள் பிணைந்து

உருவான கவிதைகள், வரிசைகளாக - சமயங்களில் இரட்டை வரிசைகளாக, பீச், யெவ், எலுமிச்சை, செஸ்ட்நட், நெடிய எல்ம் மரங்களுடன் இருந்தன. தொலை தூர தேசங்களிலிருந்து கொண்டுவரப்பட்ட அரிய மரங்களும் பார்க்கக் கிடைத்தன - விசித்திரமான ஊசியிலை மரங்கள், பெரணி - இவைகளுடைய பீச் மரங்கள் என; கலிஃபோர்னிய செகோயா, சுவாசவேர்களின் துணையுடைய சதுப்பு சைப்ரஸ்களை கீட்டன் அடையாளங் காட்டினான்.

இவற்றில் ரோஸலிக்கு ஆர்வமில்லை. இயற்கை பரிச்சயமிக்கதாய் இருக்க வேண்டும், இல்லாவிடில் அவனது இருதயத்துடன் பேசாது. பூங்காவின் அழகு அவளை அவ்வளவாக ஈர்க்கவில்லை. பிரும்மாண்டமான மர அடிப்பாகங்களை பார்க்க அரிதாக ஏறிட்டுப்பார்த்து, அமைதியாக நடந்து போனாள் - பக்கத்தில் எடுவர்டும் இளமையான பயிற்றுனரும் அன்னாவும் பின்னால் வரவும். அன்னா சீக்கிரமே அதனை மாற்றிடத் தந்திரம் செய்தாள் - தன் தம்பியை நிறுத்தி அந்நிழற் சாலைகள் - நெளிந்து வளைந்து செல்லும் நடைபாதைகளின் பெயர்களைக்கூறுமாறு வினவினாள். இப்பழைய பாதைகளுக்கும் நிழல் சாலைகளுக்கும் Fan avenue, Frumpet Avenue போன்ற மரபார்ந்தபெயர்கள் இருந்தன. அப்புறம் அவர்கள் நகர்ந்து செல்ல, எடுவர்டை தன்னருகேயும், கென்னை ரோஸலியின் பின்னரும் வருமாறு செய்தாள். பூங்காவில் துளியேனும் காற்று இல்லாததாலும் தண்ணீரில் இருந்ததை விடவும் கதகதப்பாயிருந்ததாலும் ரோஸலி கழற்றியிருந்த கோட்டினை கென் எடுத்துக் கொண்டான். வசந்தத்தின் உயர்ந்த கிளைகளினூடே வெயிலடித்தது. சாலைகளில் புள்ளிகளைப் போட்டது, நால்வர் முகத்திலும் அடித்து, அவர்தம் இமைகளைத் துடிக்க வைத்தது, இலேசான இளமைமிக்க உருவத்தை நெருங்கி மூடியிருந்த, நேர்த்தியாக தைக்கப்பட்ட சூட் அணிந்திருந்த ரோஸலி கென்னின் அருகே நடந்து வந்தாள்; அவன் தோளில் தொங்கிய தனது கோட்டை அவ்வப்போது ஏறிட்டு, புன்னகைத்தாள். 'அதோ அங்கே இருக்கின்றன!' என ஒரு ஜோடி கருப்பு அன்னங்களைச் சுட்டிக்

காட்டினாள்; இப்போது அவர்கள் பாப்லார் மரங்கள் நிற்கும் அகழியை ஒட்டி நடந்து வந்தனர்; நெருங்கிவரும் பார்வையாளர்களை உணர்ந்துகொண்ட பறவைகள் கம்பீரமாக, சற்றுக் கலங்கலான நீரில் மிதந்து சென்றன. "எவ்வளவு அழகாய் இருக்கின்றன! அவற்றைத் தெரிகிறதா அன்னா? தம் கழுத்துகளை எவ்வளவு மாட்சிமையுடன் உயர்த்தியுள்ளன! அவற்றுக்கான ரொட்டி எங்கே?" கீட்டன் தன் பையில் செய்தித்தாளில் சுற்றி வைக்கப் பட்டிருந்த ரொட்டியை எடுத்து அவளிடம் தந்தான். அவன் உடற் சூட்டினால் கதகதப்பாய் இருந்த அதில் ஒரு துண்டை எடுத்து, தின்னத் தொடங்கினாள்.

"ஆனால் இது பழசாகி இறுகிவிட்டது என்று அவன் தாமதமாகக் குறிப்பிட்டதால், அவள் தின்பதை நிறுத்த முடியாது போயிற்று."

"எனக்கு உறுதியான பற்கள்" என்றாள்.

அந்த அன்னங்களில் ஒன்று, கரைக்கு அருகில் வந்து தன் கரிய சிறகுகளை விரித்து, காற்றில் அடித்து, தன் கழுத்தை நீட்டி, கோபத்துடன் அவளை நோக்கியது. அதன் பொறாமை கண்டு நகைத்தனர். அதேவேளையில் சற்று அஞ்சினர். அப்புறம் அப்பறவைகள் தமக்குரியதைப் பெற்றன. அப்பழைய ரொட்டியைத் துண்டு துண்டாக ரோஸலி எறிய, முன்னும்பின்னுமாக மெல்ல நீந்தி வந்து பரபரப்பற்ற கண்ணியத்துடன் அவற்றை ஏற்றுக் கொண்டன.

அவர்கள் நடந்து போகையில் அன்னா குறிப்பிட்டாள் : "இருந்தும் பயப்படுகிறேன். அப்பழைய சாத்தான் தனக்குரியதை நீங்கள் பறித்துக் கொண்டதை அவ்வளவு சீக்கிரம் மறக்காது. அது நல்லபடியாக நடந்து கொண்டது."

"இல்லை. ரொட்டி முழுதையும் நான் தின்றுவிட்டு, அதற்கு எதனையும் விட்டுத்தரமாட்டேன் என்றே ஒரு கணம் பயந்தது. அப்புறம் அதனை நான் ருசித்தது போல, அது ருசித்துக் கொண்டிருக்கும்" என்றாள் ரோஸலி.

அவர்கள் கோட்டையை பிரதிபலித்துக் கொண்டிருந்த வட்ட வடிவ குளத்திற்கு வந்து சேர்ந்தனர்; அதன் ஒரு புறத்தே

ஒற்றை பாப்லார் மரத்தைக் கொண்ட, நுண்ணிய தீவு இருந்தது. சிறகுகளுடைய அமைப்புள்ள படிக்கட்டு வரிசையின் முன்னே, பாவுகல்தளத்தின் மீது, சற்றுச் சரிந்து கொண்டிருந்த இளஞ்சிவப்பு முகப்பு முன்னே பலர் நின்று கொண்டிருந்தனர்; முக்கோண முகப்பிலுள்ள சிற்ப வேலைகளையும் காலத்தைப் பொருட்படுத்தாது, ஒரு தேவதையாக தாங்கி நிற்கப்படும் கடிகாரம், கல்லால் ஆன மலர்வளையங்களை பரிசீலித்தும், வழிகாட்டி கையேட்டிலுள்ள குறிப்புகளுடன் ஒப்பிட்டுக் கொண்டிருந்தனர். நம் நண்பர்கள் அவர்களுடன் சேர்ந்து, வசீகரமாய் அலங்கரிக்கப்பட்ட நிலபிரபுத்துவ கட்டிடக் கலையைப் பார்த்தனர். பானும்[7] அவனது அணங்குகளும் பீடங்களில் நின்றனர்.

கீட்டன் வரலாற்றில் அதிக ஈடுபாடு காட்டினான். அவனுக்கு ஒவ்வொன்றும் 'அற்புதமாக' பரபரக்கும் கண்டத்தின் தன்மை உடையதாக இருந்தது. அட்லாண்டிக்கினூடே உள்ள அவனது உப்புச் சப்பற்ற நாட்டை நினைத்துப் பார்த்தால்! அங்கே இதுபோன்று நொறுங்கிடும் உயர்குடி வசீகரம் ஏதுமில்லை, ஏனெனில் அங்கே அறுதி அதிகாரமிக்க மன்னர்கள் இல்லை - மாட்சிமை ஈடுபாடுகொள்ளவும் தமது கண்ணியத்தை, பண்பாட்டை நிலைநாட்டவும். எனினும் காலத்தோடு ஒத்தியையாத பண்பாட்டின் மீதான அவனது அணுகுமுறை அவ்வளவு மதிக்கத்தக்கதாக இல்லை; காத்திருந்த கூட்டத்தினர் குதூகலம் கொள்ளும் வகையில், காவல் காக்கும் சிங்க உருவங்களில் ஒன்றின் மீது கர்வத்துடன் அமர்ந்தான்; சில பொம்மைக் குதிரைகளில் உள்ள சவாரி செய்பவனை அகற்ற முடிவதுபோல, கூரிய ஈட்டியை அது கொண்டிருந்தது. தனக்கு முன்னிருந்த ஈட்டியைப் பற்றி, ஹை! கிடாப்! என்னும் கூச்சல்களுடன் பாவனை செய்தான் - அம்மிருகத்தை உசுப்பி விட்டது போல; இளமையின் துடிப்பை இன்னும் கவர்ச்சிமிக்க சித்திரமாக காட்ட முடியாது என்பது போல. அன்னாவும் எடுவர்டும் தம் தாயைப் பார்ப்பதைத் தவிர்த்தனர்.

அப்போது கதவு கிறீச்சிட்டது, கீட்டன் வாகனத்திலிருந்து அவசரமாக இறங்கினான்; பொறுப்பாளராக இருந்தவர், ராணுவத்திலிருந்து ஓய்வு பெற்று, போரில் பெற்ற காயத்திற்கு - இடது கை இல்லாதிருந்தார் - இழப்பீடாக கிடைத்த இவ்வமைதியான பொறுப்பில், பார்யைாளர்களுக்கு கதவைத் திறந்து விட்டார்.வாசலில் நின்றபடி பார்வையாளர்களுக்கு தனது ஒருகையால் அனுமதிச் சீட்டுகளைக் கிழித்துக் கொடுத்தார்.

இதற்கிடையே தனது கரடுமுரடான குரலில் அக்கோட்டையின் விபரங்களை தெரிவிக்கத் தொடங்கினார் - முகப்பிலுள்ள சிற்பம், ரோமிலிருந்து வரவழைக்கப்பட்ட கலைஞர் உருவாக்கியது; கோட்டையும் பூங்காவும் பிரெஞ்சு கட்டிடக் கலைஞருடையவை; ஒட்டுமொத்த அமைப்பும் ரோகோகோ பாணியில் அமைந்தது - லூயி ஸீய்ஸ் பாணிக்கு மாறுகின்ற தடயங்களைக் கொண்டிருப்பினும், இக்கோட்டையில் 55 அறைகள் உள்ளன; உருவாக்க 800000 டேலர் பிடித்தது என.

அறைகளுக்கிடையிலான பாதை சில்லிட்டிருந்தது. இங்கே பெரிய படகு வடிவிலான காலணிகளை அமளியுடன் போட்டுக் கொள்ளும் பெண்கள், நுணுக்கமான தரை வேலைப்பாடுகளைப் பாதுகாக்க, வெளியேறினர்; அவ்வறைகளில் பிரதான ஆர்வத்திற்குரியவை அவையே. அங்கிருந்து பார்வையாளர்கள் வழிகாட்டியைப் பின்தொடர்ந்தனர். வெவ்வேறு அறைகளிலுள்ள வடிவமைப்புகளில், மையமாயிருந்த மர வேலைப்பாடுகள் அனைத்துவிதமான நட்சத்திர வடிவங்களையும் பூவேலைப் பாடுகளையும் பிரதிநிதித்துவப் படுத்தின. பளிச்சிடும் தரையில் பார்வையாளர்கள், மேசை நாற்காலிகளின் பிம்பங்கள் தெரிந்தன; உயரமான கண்ணாடிகளில் படிகச் சரவிளக்குகளின் படிமங்கள், திரும்பத் திரும்ப மாறிவந்தன. மேற்கூரையின் புலனின்ப ஓவியங்கள், கதவுகளிலுள்ள வேட்டை - இசை சார்ந்த பதக்கங்கள் சின்னங்கள், அறைகள் ஒன்றுக்குள் இன்னொன்று செல்வதான மயக்கத்தை ஏற்படுத்தின. நேர்த்தியான அலங்காரங்களிலும் மெருகேற்றப்பட்ட துணி வடிவங்களிலும் கட்டற்ற

ஆடம்பரமும் திருப்தி சார்ந்த வேட்கையும் வெளிப்பட்டன அவற்றை உருவாக்கிய காலகட்டத்தின் மீற முடியாத பாணியாலும் ரசனையாலுமே கட்டுப்படுத்தப்பட்டன. வட்ட வடிவ விருந்தறையின் மாடங்களில் அப்போல்லோவும் கலைத் தெய்வங்களும் நின்றனர்.

கென் கீட்டன், ரோஸலியின் முழங்கையின் கீழே பற்றியபடி அவளருகே நடந்து சென்றான். ஒவ்வொரு அமெரிக்கனும் தன் சீமாட்டியை தெருவில் இப்படித்தான் இட்டுச்செல்வான். அந்நியரிடையே அன்னாவிடமிருந்தும், எடுவர்டிடமிருந்தும் பிரிந்ததும் அவர்கள், பராமரிப்பாளரைத் தொடர்ந்து சென்றனர். பராமரிப்பாளர் தன் கரடுமுரடான குரலில் பார்வையாளர்களிடம் தன் சரக்கை கட்டவிழ்த்துக் கொண்டிருந்தார். அந்நாளைய கனவான்களுக்கு தமாஸ்கள், இரகசியங்கள், மர்மங்கள், மறை விடங்களிலே ரசனை இருந்தது; சந்தர்ப்பங்களை அளித்திடும் ஓய்வில்லங்களிலும், அவர் ஒரு கண்ணாடிப் படிக்கட்டின் முன் நின்றார்; அவர் ஒரு விசையைத் தட்டிய மாத்திரத்தில் ஒரு பக்கம் விலகி விட, குறுகிய வட்ட வடிவ படிக்கட்டு, கைப்பிடியுடன் வியப்பளித்தது. உடனே இடப்புறத்தில், அதன் கீழே பீடத்தில் ஒருகை இல்லாத முண்டத்தின் நான்கில் மூன்று பகுதி நின்றது அதன் தலையில் பெர்ரி வளையம் இருந்தது; ஒரு தினுசான இலைகளின் தோரணம் காணப்பட்டது; சற்று சாய்ந்து புன்னகைத்தது. அப்புறம் அவர் ஒரு ரகசியத் கதவைத் திறக்கவும், இருளுக்குள் நழையும் பாதை தென்பட்டது. இது போன்றவற்றையே அவர்கள் விரும்பினர். மற்றகாலங்களில் மற்றவை என்றார். தொடர்ந்து தன் வழிகாட்டிப் பணியில் ஈடுபட்டார்.

படகு போன்ற காலணிகளைப் போட்டிருப்பது எளிதாயில்லை. ரோஸலி அவற்றில் ஒன்றை தொலைத்து விட்டாள்; மிருதுவான தரையில் சற்றுத் தொலைவில் காணாது போயிருந்த அதனை சிரித்தபடி கீட்டன் மீட்டு வந்து, அவளது பாதத்தில் போட்டு விட்டான், அப்போது பார்வையாளர்கள் அவர்களைக் கடந்து சென்றனர். மீண்டும் அவன் தன் கையை அவளது முழங்கைக்கு கீழேபற்றினான்; அவளோ கனவுத்

தன்மையான புன்னகையுடன் தான் நின்ற இடத்திலேயே இருந்தாள் - அடுத்தடுத்த அறைகளுக்குச் சென்று கொண்டிருந்த பார்வையாளர்களை நோக்கியவாறு; அப்புறம் இன்னும் அவனது ஆதரவிலேயே திரும்பி அசரகதியில் திரைச்சீலை மீது தன் விரல்களை ஓட விட்டாள்.

“நீங்கள் சரியாகச் செய்யவில்லை. அது இங்கே உள்ளது. நான் திறக்கிறேன்” எனக் கீட்டன் கிசுகிசுத்தான். அவன் விசையக் கண்டறிந்தான். கதவு திறந்தது; அவர்கள் சில காலடிகள் எடுத்துவைத்ததும், ரகசியப் பாதையில் ஈரக்காற்று அவர்களை வளைத்தது, அவர்களைச் சுற்றிலும் இருண்டிருந்தது. அவளது அடியாழத்திலிருந்து எழுந்த பெருமூச்சுடன், அவ்விளைஞனின் கழுத்தைக் கட்டிப் பிடித்தாள்; அவனும் நடுங்குகின்ற அவளை சந்தோஷத்துடன் தழுவினான். அவன் தொண்டை மீது முகத்தைப் பதித்தபடி அவள் திக்கியபடி குறிப்பிட்டாள்; “கென், கென், நான் உன்னைக் காதலிக்கிறேன், நான் உன்னைக் காதலிக்கிறேன், அதை நீ அறிவாய், என்னால் முழுதாக உன்னிடமிருந்து மறைக்க முடியவில்லை. நீயும் என்னைக் காதலிக்கவே செய்கிறாய், சிறிதளவுதா ன். என் முதுமையில் உன்னை நான் காதலிக்குமாறு இயற்கை ஆசீர்வதித்துள்ளது போல, உன் இளமையுடன் என்னைக் காதலிக்க இயலுமா? ஆமாம் தானே? ஆமாம்தானே? அப்போது உனது வாய், கடைசியில் உனது இளமையான வாய், நான் வேட்கை கொண்டுள்ள, பிரியமான உன் உதடுகள், இதுபோன்றதை இது போன்றதை - நான் முத்தமிடலாமா? என்னை விழித்தெழவைப்பவனே, நான் முத்தமிடலாமா? உன்னால் முடியக் கூடியதுபோல, என்னால் எதையும் செய்ய இயலும், கென், காதல் வலுவானது, ஓர் அற்புதம், எனவே அது வந்து மிகப்பெரும் அற்புதங்களை நிகழ்த்தும். முத்தமிடு அன்பே! உன் உதடுகளுக்காக வேட்கை கொண்டிருக்கிறேன். அது எவ்வளவு தெரியுமா; என் பரிதாப மூளை எல்லாவிதமான ஏமாற்றுவாதங்களிலும் ஈடுபடுகிறது. விசாலமனமும் மனம்போன போக்கில் போவதும் எனக்குரியவை இல்லை என்பது போல; என் வாழ்க்கை முறைக்கும் என் உள்ளார்ந்த

உறுதிப்பாடுகளுக்கு மிடையிலான முரண்பாடு என்னை அழித்திடுவதாக மிரட்டுகிறது. இந்த ஏமாற்றுவாதங்களே அநேகமாக என்னை அழித்துவிட்டது, மற்றும் உன் மீதான என் வேட்கை... அது நீதான், கடைசியில் நீதான், இது உனது தலை முடி, இது உனது வாய், இச்சுவாசம் உன் நாசித்துவாரங் களிலிருந்து வருகிறது, நானறிந்த கைகள் என்னைத் தழுவியிருக்கின்றன. இது உனது உடலின் கதகதப்பு, அதனை அனுபவித்தேன்; மற்றும் அன்னம் கோபப்பட்டது..."

இன்னும் சிறிது நேரம் கழித்திருப்பின், அவனுக்கு முன்னிருந்த தரைக்குள் அமிழ்ந்திருப்பாள். ஆனால் அவன் அவளைப் பிடித்து இழுத்துக்கொண்டான். ஒரு கதவின் திறந்த வட்ட வளைவுக்கு இட்டுச் சென்றன படிகள்; மேலேயுள்ள ஒதுக்குப்புறத்திலிருந்து மங்கலான வெளிச்சம் விழுந்தது; திரைச்சீலைகளில் ஜோடிப் புறாக்கள் தீட்டப்பட்டிருந்தன. டார்ச் போன்ற ஒன்றைப் பற்றியபடி, கண்களைக் கட்டியிருந்த காமதேவன் உருவம் நின்றது. ஈரமான பகுதியில் அவர்கள் அமர்ந்தனர்.

அவனின் தோள்களில் சாய்ந்து நடுங்கிய ரோஸலி குறிப்பிட்டாள். "மரண வீடை வீசுகிறதே, இந்த இடிபாடுகளிடையே இருக்க நேர்வது எவ்வளவு துயரமானது, கென். காற்று வீசிட, மல்லிகை - ஆல்டர்களின் சுகந்தத்தில், இயற்கையின் மடியில் முதல் முறையாக உன்னை நான் முத்தமிட வேண்டும், இந்த கல்லறையில் அல்ல, என கனவு கண்டிருந்தேன்! சாத்தானே நிறுத்து, விலகிச் செல், நான் உன்னுடையவளாயிருப்பேன் ஆனால் அது இத்தகு சூழலில் அல்ல. நாளைக் காலையில் உன் அறைக்கு வருவேன், இன்றிரவே கூட இருக்கலாம். ஏற்பாடு செய்துகொள்கிறேன், அன்னாவிடம் தந்திரம் செய்து விடுவேன்..." அவள் வாக்குறுதி தருமாறு செய்தான். உண்மையில் அவர்கள், தொடர்ந்து சென்றோ பின்னோக்கிச் சென்றோ, இதர பார்வையாளர்களுடன் சேர்ந்து கொள்ளுமாறும் உணர்ந்தனர். கீட்டன் தொடர்ந்து செல்லத் தீர்மானித்தான். இன்னொரு வாசல் வழியாக அம்மரண அறையிலிருந்து வெளியேற, அங்கே இன்னொரு

இருண்ட பாதை இருந்தது; துருப்பிடித்துள்ள கேட்டினை கென் முன்னும் பின்னுமாக அசைக்க திறந்து கொண்டது - அப்பாதை செடி கொடிகள் அடர்ந்து இருந்ததால் அவர்கள் விலக்கி விட்டுச் செல்ல வேண்டியிருந்தது. திறந்த வெளியின் காற்று அவர்களை வரவேற்றது. தண்ணீர் தெறித்து விழுந்தது; வருடத் துவக்கத்தில் மஞ்சள் நார்ஸிஸ்ஸஸ் பூக்களால் நிறுவப்பட்ட மலர்ப்படுக்கை களிலிருந்து நீர் அருவியாகக் கொட்டிற்று. அது கோட்டையின் பின்புறமிருந்த தோட்டம். பார்வையாளர்கள் கூட்டம் வலப்புறமிருந்து நெருங்கிக் கொண்டிருந்தது; பராமரிப்பாளர் வெளியேறி இருந்தார் ரோஸலியும் கீட்டனும் கூட்டத்தினருடன் கலந்து கொண்டு, அன்னாவையும் எடுவர்டையும் சந்திக்கச் சென்றனர்.

“எங்கே போயிருந்தீர்கள்?”

“அதைத்தான் நாங்கள் கேட்க விரும்புகிறோம்!”

“எப்படி நாம் ஒருவரையொருவர்தொலைத்தோம்?” காணாது போன ஜோடியைத் தேடி அன்னாவும் எடுவர்டும் திரும்பியும் சென்றிருந்தனர் பயனில்லை.

“பூமிப்பரப்பிலிருந்து நீங்கள் மாயமாகி இருக்க முடியாது” என்றாள் அன்னா.

“உங்களை விடவும் அல்ல” என்றாள் ரோஸலி. அவர்களில் யாரும் மற்றவர்களைப் பார்க்கவில்லை.

அவர்கள் கோட்டையைச் சுற்றி வந்து ஒரு குளத்தின் முன் நின்றனர். அது ரயிலடிக்கு அருகே இருந்தது. வளைந்து நெளிந்து வந்த ரைன் நதியின் படகுப் பயணம் நீண்டதாக இருந்ததால், தொழிற்சாலைகள் நிறைந்த நகரங்கள், தொழிலாளர் இல்லங்களைக் கடந்து ட்ராமில் திரும்பும் பயணம் துரிதமானதாயிருக்கும். சகோதரனும் சகோதரியும் ஒருவருடன் இன்னொருவரோ தாயுடனோ ஓரிரு வார்த்தைகள் பரிமாறிக் கொண்டனர்; நடுங்குகின்ற தாயின் கையை அன்னா சிறிது நேரம் பற்றிக் கொண்டாள். நகரில் கோனிங்ஷல்லியருகே அவர்களது சுற்றுலா நிறைவடைந்தது.

ரோஸலி கென் கீட்டனிடம் செல்லவில்லை. அன்று பின்னிரவில் கடுமையான உடல் நலக்குறைவு ஏற்பட, ரோஸலியின் இல்லம் கலவரப்பட்டது. முதல் தடவை அது திரும்பியதும் அவ்வளவு பெருமிதப்படவும் சந்தோஷப்படவும் வைத்தது; இயற்கையின் அதிசயம் எனவும் உன்னதமான உணர்வெனவும் அவள் போற்றியது, மீண்டும் வந்தபோது நாசகரமானதாயிருந்தது. போன் செய்திட வலுவிருந்தது அவளிடம், ஆனால் அவளது மகளும் பணிப்பெண்ணும் வந்தபோது, அவள் குருதியில் மயங்கிக்கிடந்தாள்.

மருத்துவர் ஒபெர்லாஸ்காம்ப் சீக்கிரமே அங்கு வந்தார். அவரது சிகிச்சையில் புத்துணர்வுபெற்று, அவரது முன்னிலையில் வியப்புற்றவளாகத் தோன்றினாள்.

“என்ன டாக்டரே, இங்கிருக்கீர்கள்? உங்களை வரவேண்டும் என அன்னா தொந்தரவு படுத்தியிருக்க வேண்டும் என்று கருதுகிறேன்! பெண்களுக்கு வரக்கூடிய விஷயம்தானே”

“சில சமயங்களில் இதற்கு குறிப்பிட்ட கவனம் தேவைப்படும்” என்றார் மருத்துவர். நோயாளியை அவசர ஊர்தியில் வைத்து மகப்பேறு மருத்துவமனைக்குக் கொண்டு செல்ல வேண்டும் என மகளிடம் தெளிவுபடக் கூறினார். இதற்கு முழுமையான பரிசோதனை அவசியம் - அது அபாயகரமானதில்லை என எடுத்துக் காட்ட வேண்டும் என்றார். ரோஸலிக்கு முதல் தடவை மாதவிடாய் திரும்பியது பற்றி அவர் இப்போதுதான் கேள்விப்பட்டார். பீதி தரும் வகையில் இப்போது திரும்பியிருப்பது மையோமா[8] காரணமாக இருக்கலாம், அதனை ஓர் அறுவைச் சிகிச்சையால் சரி செய்துவிட முடியும். அம்மருத்துமனையின் இயக்குனர் மற்றும் பிரதான அறுவைச்சிகிச்சையாளரின் பராமரிப்பில், தாய்க்கு நம்பகமான சிகிச்சை கிடைக்கும் என்றார்.

ரோஸலியின் எதிர்ப்பின்றியும் அன்னாவின் அமைதிமிக்க ஆச்சரியத்துடனும் அவரது பரிந்துரைகள் பின்பற்றப்பட்டன. அப்போதெல்லாம் ரோஸலி தன் விழிகளை அகலத் திறந்து, தொலைவில் உற்றுநோக்கினாள்.

பரிசோதனையில், ரோஸலினது வயதுக்குப் பொருந்தாத படி கருப்பை பெரிதாக இருந்தது தெரியவந்தது; அளவில் குறைந்து இருக்க வேண்டிய கருவகத்திற்குப் பதிலாக, பெரிய கட்டி காணப்பட்டது. சில உயிரணுக்கள் கருவகம் சார்ந்ததாயிருக்க, மற்றவை கருப்பையிலேயே புற்றுநோய் உயிரணுக்களாக நுழைந்து கொண்டிருந்தன; துரிதமாய் வளர்ந்து கொண்டிருந்தன.

இரட்டை நாடியும் சிவந்த சருமமும் நீரின் நீலவிழிகளும் கொண்டிருந்த தலைமை மருத்துவர், நுண்ணோக்கியிலிருந்து தலையை உயர்த்தி, தன் உதவியாளரிடம் குறிப்பிட்டார். "பிரச்சனை கடுமையானதே. எனினும் அறுவைச்சிகிச்சை செய்யலாம் - இடுப்பிலுள்ள இறுதி இணைப்பு திசுவரைக்கும் நிணநீரின் திசுக்கள் அனைத்துக்கும் - அது ஆயுளை எப்படியும் நீடிக்க வைக்கும்."

ஆனால் தற்காலிக முன்னேற்றம் சார்ந்த எந்த நம்பிக்கையையும் அனுமதிக்க முடியாதபடி, நிலைமை தீவிரமானதாயிருந்தது. இடுப்பு சார்ந்த உறுப்புகளில் புற்றுநோய் உயிரணுக்கள் ஏற்கனவே பரவியிருக்க, இரைப்பையிலும் ஊடுருவி இருந்தன.

தலைமை மருத்துவர் தொடர்ந்து தன் உதவியாளரிடம் குறிப்பிட்டார்: "உங்கள் எதிர்பார்ப்புகளை விஞ்சியிருக்கிறது. என்னுடைய எதிர்பார்ப்புகளை விடவும் தான். அனைத்தையும் அகற்றிட முடியாது. சிறுநீரில் நச்சுக்குருதி இன்னும் சேரவில்லை, ஆனால் சீக்கிரம் சேர்ந்து விடும். கருப்பையே அதீதக் குருதியை உற்பத்தி செய்கிறது என்பதில் சந்தேகமில்லை. இருப்பினும், ஒட்டு மொத்த இவ்விஷயம் கருவகத்திலிருந்து ஆரம்பித்துள்ளது - அதாவது, முதிர்ச்சியுறாத கருவக உயிரணுக்கள், பிறந்தது தொட்டு அங்கேயே தங்கி விடுபவை, மாதவிடாய் நின்ற பிறகு பெரிதாக வளரத் தொடங்கிவிடலாம் - காரணம் தெரிய வில்லை. அப்புறம் எஸ்ட்ரோஜென் ஹார்மோன்களால் அவ்வுறுப்பு அமிழ்ந்து விடும், அதனுடன் ரத்தநாள வெடிப்பு நிகழும்."

கடைசியில், "உயிருக்கு அத்தியாவசியமானதை நாம் விட்டு வைக்க வேண்டும்" என்றார்

மருத்துவமனை படுக்கையிலிருந்த ரோஸலியுடன் அன்னா இருந்தாள். சிகிச்சையின் போது விழித்தெழுந்தவள் தெளிவின்றி குறிப்பிட்டாள்:

"அன்னா, அவன் என்னிடம் சீறினான்."

"யார்?"

"கருப்பு அன்னம்"

மீண்டும் தூக்கத்தில் இருந்தாள். அடுத்த சில வாரங்களில் அவள் அடிக்கடி அன்னத்தை நினைத்துப் பார்த்தாள் - அதன் ரத்தச் சிவப்பு அலகை, தன் சிறகுகளின் கருத்த சிறகடிப்பை. அவளது வேதனை சுருக்கமாயிருந்தது. சிறுநீரில் நச்சுக்குருதி சேரவே, நினைவிழந்து போனாள்; இரட்டை நிமோனியா தாக்கியது; ஓய்ந்து விட்ட இதயம் சில தினங்களுக்கே தாக்குப்பிடிக்கும்.

சில மணிநேரங்களே இருக்க, அவளது மனம் மீண்டும் தெளிவடைந்தது, தன்கையைப் பிடித்தவாறு படுக்கையருகே இருந்த அன்னாவை ஏறிட்டுப் பார்த்தாள்.

படுக்கையின் விளிம்பை நோக்கி தன் உடலை சற்ற உயர்த்தி "அன்னா, நான் பேசுவது கேட்கிறதா!" என்றாள்.

"அன்பான அம்மா, கேட்கிறது"

"இயற்கை என்னை ஏமாற்றி விட்டது, அது குரூரமானது என ஒரு போதும் கூறாதே, அன்னா. அதனைப் பரிகசிக்காதே. உங்களனைவரிடமிருந்தும், வசந்தம் இணைந்த வாழ்விலிருந்தும் போகப் போகிறேன். மரணமின்றி வசந்தம் எப்படி இருக்கும்? உண்மையில், மரணம், வாழ்வின் மாபெரும் கருவி. எனக்காக அது புத்துயிர்ப்பின் வேடத்தை, காதலின் ஆனந்தத்தை இரவில் பெற்றிருப்பின், அது பொய்யில்லை, மாறாக நன்மையும் கருணையுமே"

இன்னும் சற்றுதன் மகளை நெருங்கி கிசுகிசுத்தாள் "இயற்கையை எப்போதும் நேசித்துள்ளேன் மற்றும் அது தன் குழந்தையை எப்போதும் நேசித்திருக்கிறது."

தன்னைத் தெரிந்துள்ள அனைவரும் வருந்தும் வகையில் ரோஸலி கண்ணியமாக இறந்தாள்.

◆◆◆

குறிப்புகள்

1. சைக் (Psyche) :
   (ம) க்யூபிட் (cupid)

cupid and psyche என்பது The Golden Ass என்னும் நீண்ட கதையில் வரும் ஒரு பகுதி. க்யூபிட்டால் (Cupid) விரும்பப்படுபவள் சைக். ஒவ்வொரு இரவிலும் சைக்கைப் பார்த்துவிட்டு விடியலில் மறைந்து விடும் க்யூபிட். ஓர் இரவில் தன்னைப் பார்த்துட்டு மாயமாவது யார் என்று அறிய விளக்கேற்றிகிறாள் சைக்; ஒரு துளி எண்ணெய் அவன் தோளில் விழுந்துவிட, அவன் எழுந்து பறந்தோடி விடுகிறான். காதலனைத் தேடி அலைகிறாள். இறுதியில் காதலனை அடைந்துவிட அவர்கள் அமரத்வம் பெறுவார்கள்

3. சாரா :

ஆப்ரஹாமின் மனைவி. முதுமை வரையிலும் குழந்தை இல்லாது இருந்தவள். ஏறக்குறைய 100 வயதாகி இருந்த நிலையில், ஆப்ரஹாமுக்கு குழந்தை பிறக்கும் என கூறப்படும். கூடாரத்திற்குள்ளிருந்து இதனைக் கேட்ட சாரா சிரித்து விடுவாள் - அது எப்படி முடியும்? என. ஆனால் ஆப்ரஹாமுக்கு குழந்தை பிறக்க, அதற்கு அய்ஸக் எனப் பெயரிடப்படும்.

4. டான் ஜூவான்: ஸ்பானிய ஆளுமை, பல பெண்களை மயக்குபவன். ஸ்பானிய வாய்மொழி மரபிலிருந்து ஆளுமை செலுத்தும் பாத்திரம்

5&6 குரோகூஸ்-கொல்ஸிகம்: பருவத்தில் சீக்கிரமே பூத்து விடும் அயர்லாந்துத் தாவரம் குரோகூஸ். தனியொரு பூ பிரகாசமாயிருக்கும். இதனை ஒத்திருக்கும் தாவரம் கொல்ஸிகம். லில்லி குடும்பத்தைச் சேர்ந்தது.

7. ரோகோகோ பாணி :18ஆம் நூற்றாண்டு சிற்பத்தில் நிலவிய அலங்கார பாணி

8. பான் : கிரேக்கப் புராணத்தில் இடம்பெறும் வனத்தின், மேய்ப்பாளரின் மந்தையின் தெய்வம்; அணங்குகளின் தோழன்.

9. மையோமா (myoma) : கருப்பையில் உருக்கொள்ளும் நார்த் திசுக்கட்டி

✦✦✦